Heiglegir TínakóÐar Agesta

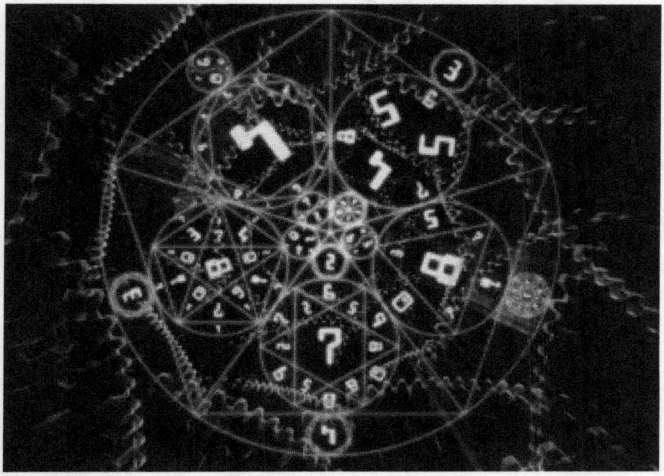

HEIGLEGIR TÍNAKÓÐAR AGESTA

First edition. February 7, 2023.

ISBN: 979-8215895016

Written by Edwin Pinto.

Heiglegir TínakóÐar Agesta

ORKUSTIG ÞESSARA KÓÐA eru með mjög miklum titringi, ég vona að þetta handrit sé gagnlegt fyrir þig

HEIGLEGIR KÓÐAR

Þessir heilögu tölukóðar eða lækningarkóðar hafa nýlega verið fluttir og eru skilaboð send frá ýmsum uppstignum meisturum; Móðir María, guðdómlega móðir Shekinah, erkienglarnir Raphael, Jofiel, Miguel, Uriel, Juan elskaði o.s.frv.

Eins og Raphael erkiengill útskýrir þá eru þetta kóðar frá tímum Atlantis, þeir voru líka gjöf fyrir fólk þess tíma, síðan með falli Atlantis og minnkandi titringi á plánetunni voru þessir kóðar ekki lengur nothæfir. Nú erum við aftur komin á sama titringsstig og þessir númerakóðar virka aftur að fullu.

Það eru nokkrir hópar af kóða sem eru notaðir á annan hátt, ég mun útskýra hvern og einn hér að neðan, engu að síður mun ég setja hverja leiðslu hér og í sumum gætu verið fleiri forskriftir, svo ég mæli með að þú lesir það alveg ef þú hefur áhuga á einhverjum kóða í því (þeir eru enn stuttir).

Matarkóðar eru aðeins skrifaðir einu sinni á umbúðir eða niðursuðu matvælanna. Virða þarf bil á milli talna þegar þær eru skrifaðar.

ÞAÐ ERU KÓÐAR SEM ERU góðir fyrir heilsuna og aðra sem hjálpa okkur á okkar andlegu leið, nota þá í kærleika til sjálfs sín og til að hjálpa öðrum.

Enn og aftur bið ég þig um að lesa alla leiðsluna sem vekur áhuga þinn ef það er tiltekin notkun á einhverjum kóða í sumum tilvikum og sem ég hef ekki afritað hér í samantektinni. Þegar ég sé nýja kóða mun ég senda ykkur þá elskurnar mínar.

Þakka þér ástkæru uppstigningu meistarar, takk fyrir erkienglar og englar, þakka þér ástkæru Rásarar, þakka þér Guði föður móðir fyrir þessa nýju tegund af bæn sem þú gefur okkur í dag.

** ATLANTE TÍMAKÓÐAR TIL lækninga **

Elskulegu manneskjurnar mínar á jörðinni, Raphael erkiengill talar við þig, með Hann. Fullur af gleði færi ég þér nýtt (gamalt) verkfæri í þínar hendur í dag. Í þessum skilaboðum ætla ég að útvega þér tölukóðana sem geta hjálpað þér í ýmsum verkefnum. Notkun þessara númerakóða er viðeigandi þegar þú ert tilbúinn að taka á móti þessari sköpunargjöf. Þó að meðvitundarlaus umsókn leiði einnig til árangurs, en þú verður að fara með ómun talna svo umsóknin hafi meiri áhrif. Nú ætla ég að gefa þér smá kynningu sem er nauðsynleg til að þú skiljir mikilvægi þessara númerakóða og einnig hvernig á að beita þeim rétt. Tölunúmerin koma frá tímum Atlantis. Með þessu á ég við að þessir tölukóðar í Atlantis hafi fundist af skaparanum sjálfum. Þetta var gjöf til fólksins á þeim tíma. Hins vegar, með falli Atlantis og lækkun titrings í kjölfarið, voru þessir númerakóðar ekki lengur nothæfir. Frá og með deginum í dag, frá útgáfu þessa kóðanúmers, erum við núna á sama aflstigi aftur, þess vegna eru þessar kóðanúmer að fullu virkar aftur.

Hér eru fyrstu númerakóðarnir sem hægt er að nota til lækninga:

lækningu af skemmdir a hvorugthraða cútskýra af allt þúpo	33 Fjórir, fimm 634
lækningu af hsár opið (skrifað af yfir af hanna hsærður "í the loftiog")	44 56 789
lækningu af hannfundum alvarlegur inn the svæði kvið, hvaðog Nei.ANNAÐUR dós vera meðhöndluð cá cirugia (ímiðlungs)	33 78 133
lækningu dog halaferðir berst, hvaðog Nei.ANNAÐUR þau geta vera ceða fastur Y saumað (ímiðlungs) af miðlungs af aa hvort sem erperation	44 57 678

EFTIRFARANDI TÖLUKÓÐAR eru til notkunar í matvæli sem eru ekki lengur af náttúrulegum uppruna eða hafa verið breytt af matvælaiðnaðinum. Hægt er að nota þessa kóða jafnvel þegar uppruni matvælanna er ekki öruggur eða áreiðanlegur. Þessa kóða þarf aðeins að skrifa einu sinni á pakkann/dósamatinn, til að virkja alla endurforritunina.

MATARSKÓÐAR

KÓÐAR FYRIR THE AMATUR

The neihlutlausn af hannþú matvæli breytt erfðafræðilega. The 24
Matur það er til baka a þess ástandi upprunalega, conei eðanei 46
áhrif hámarki inn the cuerpo. 713

The neihlutlausn af þúeyru hannþú eitur inn hannþú matvæli 24
hvaðog Jáog 57
kynnt á meðan þess útfærsla. 892

The neihlutlausn af allir hannþú aukaefni neihvort sem er
neieðlilegt hvaðog eru áriadidas a
The matvæli ognei ACJá allir hannþú ferlar af efnitjón (af
rasónum efnahagslegt, fyrir óbiðja peningar), Jáviðskipti verður 24
eðaslíta Austur cóð, Ya hvaðog eins og er það er innóg hanna 67
upplýsingarmyndun ognei hannás Merki af hannþú vörur mat. Er 987
app ég veit dós hacer ognei cuEinhver augnablik, Y ognei
cuEinhver tunglgar, innifalinnSV Já hanna csleppa Nú þegar þetta
ognei the plég bind
Kóði til viðbótar hvaðog ég veit eðanota fyrir láta að þroskast
hannþú matvæli
(Ávextir hvort sem er grænmeti) neieðlilega. OGste cóð það er 24
csamhæft conei oghann ferli af þroska inn the hvorugthraða 60
klefiar. Austur cóð neihvort sem er ég veit verður eðanota ognei 123
ávöxtumtas hvort sem er verduras Nú þegar þroskaður, af
hannhvort sem er cþvert á móti, mun vera líka mþroskast Y
myndi tapa Svo þess skilvirkni Y ákjósanlegur virði villidýrprufa.
Kóði hjálpar fyrir hannþú matvæli hvaðog er það svo aðallega
rotið.
Þessar matvæli þau geta eðanota Austur cóð, samtog þessar Nú

þegar vera skemmd þau geta hKomdu nær viðunandi til gómur.
Austur cóð þetta hannað plús biinn fyrir neyðartilvik hvort sem er 42
fyrir fólk hvaðog verður fæða af matvæli "fortíð" vegna a Jáeða 67
ástand. Peða Felska, neihvort sem er eðanota Austur cóð Já hanna 982
csleppa þetta rétt. Þetta haría hvaðog þaðJá matvæli frescos vera
hfsleppt

Kóði hjálpar fyrir þaðJá matvæli hvaðog ég veit blanda saman
conei alcójá fyrir þess cvarðveislu. Austur cóð neieyðileggur the
áfengihann inn hanna csleppa. Austur
Kóði líka dós vera eðasado fyrir neihlutlausa hanna cfornöld af
áfengi inn aa drykkur alkóhólisti. The smakka það stendur eftir 99
igutil, en the áfengi neihvort sem er hafa áhrif inn the cuerpo. 42
Þetta það er aa app mjög Yomikilvægt fyrir hanna fólk hvaðog 167
neihvort sem er dós þola lyf hvaðog vera vandaður á hanna grunn
af áfengi. R.að borða fuvissulega að eilífu eðaHANN Austur cóð
vinna cá alkóhólista. The neihlutlausn causa til alkóhólisti að
upplifa eðanei effecto jákvæð ognei oghann cuerpo Y dós rfræða
þess ósjálfstæði Y eyddu því plús síðdegis.

AViðvörun: **Austur cóð Nei.ANNAÐUR dDrykkur vera notaður bassi enginn hringefni coneiLyf það þúblekkja mblanda saman cá áfengi blsnúna hannograr ásYo hanna sótthreinsun.**

Vinsamlegast dreifið þessum mikilvægu númerakóðum enn meira. Vertu skapandi, skrifaðu þá niður, alveg eins og góður landkönnuður sem er með hnífinn í bakpokanum sínum, svo hafðu kóðana alltaf við höndina og taktu þá hvert sem er til að geta beitt þeim. Hvort sem er í bílnum, í gönguferð eða skoðunarferð, það eru alltaf leiðir til að nota þau á skilvirkan hátt, sérstaklega

Í neyðartilvikum veita þeir góða skyndihjálp. Ef þú hefur þegar fengið fyrstu reynslu af þeim skaltu ræða við fólk um áhrif þeirra. EKKI er leyfilegt að selja þær eða prenta þær á bók, virðið þessa sendingu.

TÖLURIN ERU RÉTTUR ALLRA.

Þessir tölukóðar eru gjöf frá himneskum guðdómlegum krafti til mannkyns. Þessir tölukóðar geta valdið því að allur matvælaiðnaðurinn afturkallar framlag sitt. Þeir snúa einfaldlega við áhrifum skaðlegra aukefna eða að fikta með merkingum þeirra. Íhugaðu að númerakóðarnir hljóma hjá þér þegar þú notar þá meðvitað. Það mun gera fólkið sem er að muna að viðurkenna að vera hér og nú með tölukóðana aftur, vegna þess að það hefur þegar unnið þá hörðum höndum á tímum Atlantis. Gakktu úr skugga um að þú skrifar númerakóðann nákvæmlega, annars hefur það engin áhrif og þú verður fyrir vonbrigðum.

Ég finn fyrir mikilli ást til ykkar allra. Erkiengill Raphael og teymi hans himnesku sviðanna

„Fleiri lækningakóðar“

Elsku mín, ég hef þegar gefið þér nokkra kóða í þeim tilgangi að lækna og umbreyta skaðlegum efnum í mat. Fyrir mitt leyti þekkja þeir líka kóðana til að bæta drykkjarvatnið sitt. Í dag mun ég gefa þér enn fleiri kóða sem þú getur notað til að lækna. Þau henta jafnt fullorðnum, börnum, börnum og dýrum. Þeir hafa öryggisbilunareiginleika sem gerir þá örugga í forritinu þínu. Litli gamli hundurinn hans ritara míns var með niðurgang og hún bað mig í gærkvöldi um réttan kóða til að hjálpa honum. Og svo bættust við fleiri kóðar.

ÞAÐ ER MIKILVÆGT AÐ þú sért í hjarta þínu og notir kóðana með ákveðinn ásetning um lækningu. Þeir sjá þær fyrir sér eða skrifa þær með vísifingri eða glasi á sjúklinginn sinn. Vertu ástin, dóttir mín, og þú munt ná árangri með kóðana.

KÓÐI AF LÆKUN FISICA

ASLYS Hjarta og æðar (Prigroupers hjálpþú)	78 89 535
ÁRÁSÞAÐ ER Hjarta, INDRÆT (frumEros hjálpþú)	98 88 119

Lþú cóðir dog cþvaglát fyrir fyrst ahjálpartæki inn hannþú árásuh hjartaþú Y hannþú slyseiningar cæðakerfiNEI VERÐUR ÞEIRRAHOLD húnsjó a a læknisfræðilegt hvort sem er spyrja Óuda prfaglegur síðar. Hef the Tilgangur dog forðast
Dót verri þar tila það the læknisfræðilegt dós vkoma; Sá fyrst ahjálpartæki þar tila það the þolinmóður reciba hanna Óuda dog a læknisfræðilegt, vegna þess að jbara inn hannþú fyrst mínútur þetta það er tanei Yomikilvægt inn þessar Máliðþú. Einnig þú mátt nota þá dog formi addional á meðanog the umég lýg addional inn the hsjúkrahús para achækka hanna rbata. OGnei þessi tvö mál, fyrir uppáhaldeða, aldrei þúog gleymir að hringja aÉg bráðalæknir inn til Llof til hanntil beitingar á hannkóðana.

AHLUTI R.EUMATIC	83 73 879
ALERGÍR IN ALMENNT	13 14 335
ANEMIA, ÞRIF D.OG BLÓÐ	ellefu ellefu 171
ASMA	tuttugu og einn 22 413
RACOIDES hross	53 23 411

ARTROSIS, ARTRÞAÐ ER	3. 4 41 323
FARA NIÐUR AF PÞAÐ er	31 22 778
ÚTREIKNINGAR R.ENALS	68 43 833
AUGBÓLLEGA	44 37 224
NIÐURGANGUR	Fjórir, fimm Fjórir, fimm 899
verkir AF HÖFUÐ	23 74 555
verkir AF VMILLI	13 Fjórir, fimm 899
SÁTTUR AF KLIPPAR	35 41 553
verkir (MOLIMEN) GENGIÐ	ellefu 32 899
Fjarlægja FYRIRSÍÐUR, ORMMAR SKORÐGERÐ (fisico Y eterískt)	33 37 899
ENDONEFRIT, BÓLGA AF LA Pelvis R.ENALL	63 3. 4 831
Hægðatregða	Fjórir, fimm 55 899

tognun Y þúAÐFERÐIR	78 43 149
HITI (R)MENNTUN)	38 89 332
FUNCTION R.ENAL, R.ÁTAK	76 42 688
KIRTLAR þúOROIDS, R.REGLUGERÐ	86 86 694
hERPES	88 tuttugu og einn 233
hSMYNDIR	78 83 434
BÓLGA Y STÆÐIR PURUHÆGT	35 31 223
BÓLGA ALMENNT	43 14 223
GARNAR ÆRIR (JAFNVÆGI THE propTEDDY)	42 53 899
Tíðahvörf PROG Y Post	31 31 798
MÍGRÆN	58 33 554
STYE	13 78 887
PTAPIÐ AF PAETITO	35 87 225

DRAGÐAMONES, BÓLGA	88 81 643
PSORIASIS (húðsjúkdómur)	33 14 871
Heyrnarvandamál og heyrnarleysi	88 33 421
BRUNNI (innifalið sólbruna)	19 19 311
HLAUPABÓLA	23 31 878
BLÚGA, BÓLGA	87 33 478

ÆTLUN ÞÍN OG ÁST ÞÍN sem þú notar mismunandi kóða með mun gera þig sigursælan. Treystu sjálfum þér í þessu, dóttir mín. En þú getur alltaf kallað börnin mín Erkienglana fyrir aðstoð þína og styrkingu. Sérstaklega Rafael sem mun vera fús til að hjálpa þér. Svo ekki vera feimin. Og auðvitað geturðu alltaf spurt MIG líka. Við erum alltaf til staðar fyrir þig. Ást okkar til þín á engin takmörk og það er enginn skrifstofutími. Ég umvef þig í minni óendanlega og eilífu ást, dóttir mín.

Sonur minn, sjáðu sjálfan þig í ástinni á heilsunni, við skulum fara allan óttann, allt hatrið og öfundinn og fyrirgefðu sjálfum þér og öðrum. Lifðu í ást og jafnvægi og þetta eitt og sér mun hjálpa þér að verða og vera heilbrigð.

Ég elska þig af öllu hjarta og allri veru minni. Ég held þér í fanginu, sonur minn. Ég elska þig svo mikið. ~ Guðdómlega móðir hans.

Fleiri lækningakóðar

Elsku mín, ég bið þig í dag um að opna hjörtu þín vítt til að taka á móti orkunni sem streymir til þín. Flóðbylgjan mín ástarinnar hefur náð hámarki í nokkra daga og það mun halda áfram svona. Orkurnar kalla á hjarta þitt og segja þér: "Opnaðu þig og hleyptu okkur inn." Þeir finna þessa orku og stynja aftur við áhrif þeirra. Þær eru sendar til þín sem "gullna orka" frá móðurskipinu mínu. Nafnið á skipinu er Mesime, sem þýðir "Ljós Guðs" og er frá Sirius.

Það er stærsta skip Galactic Federation og nálgast jörðina hægt og rólega. Vegna stærðar sinnar er ekki hægt að nálgast það svo náið; skipið gæti truflað orkusvið plánetunnar þeirra. Það er móðurskip hinnar guðdómlegu móður og er samsett úr minni eigin orku, sem nú er verið að senda til ykkar. Þú getur fundið og upplifað það sem mikla orkuhreyfingu, sem hefur sterkan titring af "Healing Light" og hjálpar þér að leysa upp í þér allt sem þjónar þér ekki lengur.

Þeir fara djúpt inn í þig og þú verður bara að láta það gerast og sleppa takinu - sleppa. Samtímis þessari orku sendi ég þér djúpa og óendanlega ást mína. Finndu það, taktu á móti því og samþykktu það innra með þér, dóttir mín. Þú veist það mjög vel. Það er húsið þitt. Það er úr hverju þeir eru gerðir og hvaðan þeir koma. Andaðu inn og andaðu út allt sem þjónar þér ekki lengur. Ég elska þig mjög mikið, dóttir mín, og ég veit að þessi orka og ást mín munu vekja þig og leyfa þér að viðurkenna hver þú ert.

Ég gef þér líka fleiri heilunarkóða, sem hægt er að nota á sannaðan hátt frá hjarta þínu og í ást þinni.

Leyfðu þér að vera umvafin ástinni minni og fallega hjarta þínu, ástkæra dóttir mín. Þau vita að ég elska þau óendanlega og skilyrðislaust.

VATNSKÓÐAR

Fyrir löngu, löngu síðan, jafnvel fyrir sköpun þessarar plánetu Jörð, greindum hinn guðdómlegi faðir og ég, guðdómlega móðirin Shekinah, verklag þessa alheims. Þú verður að vita að þessi sami alheimur sem tjáður var í daglegu tali var felldur inn í eins konar hafi eða betra í eins konar frumsúpu, þá var hann í fasa varanlegrar innöndunar í guðlega andardrættinum sem var alltaf frásogaður þar sem það var tímabilið í sem allur guðdómlegur andardráttur var í innönduninni. Við, sem guðlegir skapararar, vildum binda enda á þessa sérstöku andardrætti og þess vegna höfum við sett alveg nýja plánetu, nýja stjörnu, á sama stað sem er merktur á einhverjum tímapunkti og ákveðið að við tilnefnum hana sem „Point of no Return. Ný pláneta var sköpuð með mikilli alúð og athygli vegna þess að við vorum meðvituð um að þegar góður dagur í tíma hefði þroskast myndi hún bera mannkynið, dýrin og plöntur náttúrunnar á yfirborði hennar. Á meðan við vorum upptekin af slíku sköpunarferli og þetta er eins konar leyndarmál að vera falin af sjálfum mér, setti ég lykilinn í það (í Vatninu), þannig að í hverjum og einum vatnsdropa og í gegnum annan tölukóða, þetta er MJÖG HEIMUR hluti af ÖLLU og á sama tíma er það vatnsformúlan fyrir kristallað og hreint ástand. Og þetta er gjöf mín með þessum skilaboðum til alls mannkyns hér með þessu riti, ég skila þessum mjög áhrifaríku "Tölur - Kóða" af vatni fyrir þig. Ég vil bæta því við að þessir tilteknu kóðar, sem undantekningar frá reglunni, eru afleiðing af sumum gagnkvæmum verkum skaparans Adonai og kvenkyns skaparans Shekinah og af þessum sökum eru þessir sérstöku kóðar samsettir úr tveimur línum af tölum. Þú munt geta uppgötvað í henni kvenlega formúlu og karlmannlega formúlu sem - beitt í samvinnu - mun skapa ákveðna og fullkomna sátt í uppbyggingu vatnsins. Með beitingu þessa númerakóða, til dæmis í smá vatni, þegar þessu vatni er hellt, mun það tengjast aftur í heilögu hjónabandi sem kallast Efnabrúðkaup. Þú munt geta uppgötvað í henni kvenlega formúlu og karlmannlega formúlu sem - beitt í samvinnu - mun skapa ákveðna og fullkomna sátt í uppbyggingu vatnsins. Með beitingu þessa númerakóða, til dæmis í smá vatni, þegar þessu vatni er hellt, mun það tengjast aftur í heilögu hjónabandi sem kallast Efnabrúðkaup. Þú munt geta uppgötvað í henni kvenlega formúlu og karlmannlega formúlu sem - beitt í samvinnu - mun skapa ákveðna og fullkomna sátt í uppbyggingu vatnsins. Með beitingu þessa númerakóða, til dæmis í smá vatni, þegar þessu vatni er hellt, mun það tengjast aftur í heilögu hjónabandi sem kallast Efnabrúðkaup.

HÉR ER NÚ VATNSKÓÐI gerður aðgengilegur og gildir fyrir allt mannkyn hér á jörðinni:

99 77 654 og 44 66 111

Talnalínan á að skrifa "í tengslum við" það er að segja á móti hvor annarri. Vinsamlegast skrifaðu þessar tölur vandlega niður og hafðu fjarlægðina á milli talnanna eins og þær eru gefnar upp hér. (Vinsamlegast hafðu í huga, aðeins og eingöngu VATN aldrei sætir drykkir eða mjólk). Það mun vera nóg ef þú skrifar þessa kóða á flöskur sem þegar eru beint fylltar með sódavatni (jafnvel í litlum flöskum), pakkningum af sex. Þessir sömu kóðar þýða sérstaklega eitt tól í viðbót og eru skilin að hjálpa þér aðeins í persónulegu og persónulegu einstakt ferli uppstigningar sem er mjög svipað því sem erkiengillinn Raphael skilaði þér nýlega.

RÉTT NOTKUN Á VATNSKóðanum

Þegar þú notar vatnskóðann sem guðdómlega móðirin gefur upp, er mikilvægt að fylgja skrefunum sem ég ætla að endurtaka aftur, því það eru sumir sem nota kóðana ekki á réttan hátt. Ég hef séð tvær villur síðan fólk notar kóðana, ég skal útskýra það í stuttu máli:

- Í fyrsta lagi, þegar þú skrifar kóðann á glasið eða flöskuna er mjög mikilvægt að þú skrifir einn kóða á aðra hlið glassins eða flöskuna og annan kóðann á hinni hliðinni sem gefur kóðann sem þú hefur skrifað fyrst. Ef þú gerir það á réttan hátt verður skammtareitur komið á og kóðinn getur virkað rétt.
- Önnur mistök og mikilvægasta innihaldsefnið er hjarta þitt. Á meðan þú notar þennan kóða er mikilvægt að þú gerir það með opnu hjarta. Aðeins ef hjarta þitt er opið og hreint, stofnar skammtasvið kóðans og hjarta þitt skammtasvið ástarinnar og kóðinn verður þá virkjaður. Þetta eru tveir mikilvægustu punktarnir til að fylgja, svo að þú getir "hafið - gert" frábæra reynslu af vatnskóða guðdómlegrar móður.

RÁÐUN HEILAGA KÓÐA

Hverjir eru heilagir tölukóðar og hvernig eru þeir notaðir?

Eftir agesta

Til að orða það á einhvern hátt eru þau neyðarúrræði sem Divinity hefur frátekið fyrir þennan tíma. Þau eru byggð á dularfullri stærðfræði sem tilheyrir öðrum víddum. Þegar sagt er frá kóða, sameinast orka þess sem notar hann orkuveru ljóssins sem verið er að kalla fram, sem leiðir til birtingar. Undir þessum kringumstæðum er guðdómurinn "næstum skyldugur" til að verða við beiðninni ef það er augljóslega fyrir heilsu sálar okkar.

Fyrsta ljósveran sem opinberaði mér þetta form af bæn var uppstiginn meistari Merlín. Hann kynnti mér The Sacred Code 147-62, sem opnar gátt plánetu nálægt Sirius sem heitir Oasibeth1. Þessi pláneta er ekki sýnileg þriðja víddar auganu og er þekkt sem „Plánetan miskunnar". Oasibeth er tilviljanakenndur vettvangur þar sem Guð er sjálfstæður og hefur yndi af því að gera það sem við köllum „kraftaverk".

Þessar reglur birtast á erfiðum tíma fyrir mannkynið, þar sem örlög margra sálna eru í húfi. Það eru þrjár mögulegar leiðir:

Þriðja vídd, fjórða vídd og fimmta vídd. Hver sál mun ákveða hvar hún verður staðsett.

Kóðarnir opna dyr sem hafa haldist lokaðar fyrir marga og framkvæma hluti sem The Souls hafa ekki getað náð með öðrum hætti. Á þann hátt að þau mynda hagstætt og vonandi „bréf" fyrir krefjandi augnablik.

Það eru kóðar sem virka mjög hratt og aðrir taka lengri tíma, kannski vegna þess að þeir fjarlægja falið efni úr nærri eða fjarlægri fortíð. Guð faðir móðir, býður upp á kóða fyrir nánast allar aðstæður og aðstæður. Sá sem titrar á þessari tíðni mun dragast eins og segull að þessari auðlind. Þeir sem ekki tilheyra þessum titringi munu ekki skilja það sem ég er að segja, vegna þess að Kóðarnir tilheyra ríki hjartans, Nýju orkunni.

Maður sem er fastur í gamla hugmyndafræðinni með takmarkandi og bælandi viðhorfum er ekki opinn fyrir þessari gjöf.

Hvernig á að nota kóðana?

Kóðana sem José Gabriel Agesta sendir frá sér, verður að endurtaka 45 sinnum í hvert sinn, því þetta er birtingarnúmer. Að auki, með því að krefjast 45 sinnum, eru innri áhrifin mikil. Eins og við vitum þjónar hver rásari titringstíðni, hjá þeim sem eru fluttir í gegnum Agesta (þakka þér elskaði José Gabriel), er endurtekningin á 45 sinnum nauðsynleg

- Oasibeth er pláneta guðdómlegrar miskunnar, þar búa englar dagsins og gullnu englarnir, og hinn elskaði meistari Jesús veitir þjónustu sína í ákalli sínu um "guðlega miskunn" með Ethereal Retreat hans.
- Það má segja þær sem eina tölu (td 10243 tíu þúsund tvöhundruð fjörutíu og þrír), eitt í einu (einn, núll, tveir, fjórir, þrír); tveir og tveir eða hvað sem kemur frá hjartanu, ÞAÐ ERU ENGIN REGLUR UM ÞAÐ.
- Þær má endurtaka eins oft á dag og þeir vilja, það er engin regla heldur.
- Fjöldi daga sem þú gerir þá fer eftir þér, þeir eru yfirleitt búnir

þar til það sem við erum að biðja um birtist, þá eru aðrir kóðar eins og tenging við jörðina o.s.frv. að það væri yndislegt að gera þær alltaf.

- Hægt er að gera þær hvenær sem er og hvar sem er.
- Verur ljóss þurfa ekki helgisiði af neinu tagi til að heyrast, þó ef einhver fæðist til að kveikja á kerti, reykelsi, spila tónlist o.s.frv. Það er á valdi hvers og eins.
- Eins og Agesta segir okkur, hálsmen eða reipi með 45 litlum kúlum eða

hnúta.

- Þeir geta sagt kóðann andlega eða með rödd sinni. Ef þú venst titringi þessara talna muntu stilla á æðri víddir og þróa sálræna hæfileika eins og fjarkennslu, skyggni, heyrn og innsæi.

- Af og til finnurðu endurtekna kóða, þetta er ekki villa; Það sem gerist er að það eru kóðar með ýmsum aðgerðum.

- Kóða er hægt að búa til af öðru fólki. Það er aðeins að nota ætlunina og segja: Ég nota þennan kóða fyrir .... (Nafn og eftirnafn). Sál viðtakandans mun taka á móti titringnum og beita honum eins og það hentar.

The Medicine of Power Animals og tölulegar kóðar þeirra

Hvert okkar getur nálgast lyf Kraftdýranna. Þeir fela í sér eiginleikana sem við þurfum að hafa í lífi okkar. Andi ákveðins dýrs sem við stillum okkur á getur veitt okkur, auk verndar, mjög skilgreinda þjónustu í samræmi við það tiltekna lyf sem dýrið býður upp á. Við getum átt mörg kraftdýr og breytt og notað þau eftir þörfum okkar og aðstæðum. Í forfeðra shamanisma gegnir kraftdýr svipað hlutverki og verndarengil.

Hér að neðan gef ég þér heilaga númerakóða sumra dýra svo þú getir fellt þá inn í líf þitt, með vissu um að þeir muni vera mjög gagnlegir. Allt sem bætir samband okkar við Guð, við alheiminn og alla sköpunina er læknisfræði.

KÓÐAR TIL AÐ KÖFJA KRAFTDÝR

ANIMAL	KÓÐIANNAÐUR	ANIMAL
Abeas	861	Ljón
Aörn	179	Jirafa
armadillo	729	Hlébarði
Buffalo	821	Úlfur Hvítur
Ugla	tuttugu og einn	Úlfur Hvítur
Hestur	315.	chuck
Kengúra	159	Svartfugl
kolibrífugl	620	Pfræva Nei.egra
höfrunga	701.	Pmistök
Fíll	tuttugu og einn	rínoceront
Köttur	94	Þúgrár
hhaukur	30	Þúgrár Hvítur

EINS OG ÞÚ SÉRÐ HAFA fíll og ugla sama kóða. Þetta eru ekki mistök, þar sem ég hef þegar sagt að það eru kóðar með ýmsum aðgerðum.

Kynntu þér einkenni þessara dýra, eða annarra sem þér líkar við. Finndu út hver uppáhaldsdýrin þeirra eru og vinndu með þeim.

Bráðum mun ég gefa út hugleiðslu til að uppgötva hver eða hver eru dýr hvers og eins.

Kóðar til að lækna Dýr

KÓÐAR FYRIR LÆKNA ADÝR

Anemia inn kettir	C.krabbamein gatos	hnúðar maga gatos	hnúðar vélinda gatos
F-145	L-120	2531-X	827-X
Lifur kötturJá	Gerðuherra kötturJá	Hvítblæði Felina	Pvillur flogaveiki Yflog
721-M	157-X	X-420	F-744.

Guðdómleg fræ hinna helgu tölukóða

Góðan daginn: Guðdómleg fræ hinna tölulegu helgu kóða dreifast til vindanna fjögurra sem tákn, til að safna ávöxtum vonar, réttlætis og guðdómlegrar ástar. Hreinsunin og umskiptin sem plánetan er að upplifa verður bærilegri með því að nota þessar tölur sem eru hlaðnar orku veru stjarnanna. Næst býð ég þér upp á nýjar tölulegar raðir svo þú getir notað þær með vissu og deilt þeim með þeim sem titra á þessari tíðni.

KÓÐAR HEILAGT FYRIR THE DAGAR AF THE VIKA

Mánudagur	þriðjudag	miðvikudag	júaðfararnótt	SáErnes	laugardag	sunnudag
47	69	104	25	71	93	156

KÓÐIS HEILAGT D.OG THE ARCANGHANN ER

mIGUEL	GABRIEL	RAFAEL	URIEL	C.HAMUEL	JOFIEL	ZADQUIEL
613	881	29	4	725	521	389

KÓÐIS HEILAGT D.OG THE SJÖ ARCANGELINAS

TRÚ	ÞAÐ ERPERANZA	SJÓAI	ÞAKKA ÞÉR FYRIRAI	C.ONSTANCE	AMATISTA	CHARITY
72128	584	333	996	1891	62114	28700

GUÐMENN, KENNARAR, VERUR AF LJÓS	KÓÐI
Akona	1576
Aörn Blhnakka	610
Tilexa	344
Tilsemiyat, Foringi af The Stríðsmenn af Eldur. Austur anhlaup léttir a hannás fólk hvaðog er það svo kúgaður Y þjást af cuEinhver Orsök. Ptilheyrir ahann Klasi af The angel PODERES	72599
ennaf (c)tengja saman conei þess innergy)	447
Ashhar Sheran	1164
Aátti 4	515
Aþór (Foringi Floti Millistjörnur PlEyadian)	25793
babaji	225
Búdda	110

- ÞESSI ERKIENGILL SÉR um sambönd. Mild og kraftmikil orka hennar leysir fangar sálir. Kóðinn þinn er áhrifaríkur þegar sambönd maka, vinnu og fjölskyldu eru spennt. Það er líka gagnlegt fyrir þá sem leita sálufélaga sinna og Affines. Einnig til þeirra sem vilja finna sitt guðdómlega verkefni, vinna eða finnast yfirgefin.

- Adama er alhliða blágeisli stiginn meistari, meistari ástar og samúðar, sem lætur mannkyninu og plánetunni hjálp sína í uppstigningarverkefninu.

- Aþena er gyðja visku og réttlætis, hún er líka verndari siðmenningarinnar

GUÐMENN, KENNARAR, VERUR AF LJÓS	KÓÐI
kóða sólarorku (örlög a fyrir áhrifumr Fljúflega ognei hannás lifir Y neiþarfir af WHOþað er hannþú innvoquen)	033 88 559 22.000 567
Hjarta af Áætluneta ANNAÐURasibeth (mun ná þeirra markmið, WHOinn ég veit sökkva sér í kaf inn er titringur mun njóta af aðstoð sértilboð inn þessar 5 mánuðum)	71292538
Kross gullna af oasibeth (rfá þaðJá Kostir)	7733
Gyðja af hannþú höf	7521
Gyðja þúnúna Verde	659
Læknir lorphan (heilari Galactic. WHO WHOþað var heimsókn þess R.etýró Eterískt, mun vera læknast af the Y þess búnaður af læknadýrka. Þeirra sérgrein það er rfjarlægja píla, byssukúlur, Y flþú saknar ogfræðilegt	729

hvaðog eru hannhleypt af stokkunum af vampírur sálfræðingar Y öðrum einingar neineikvætt)	
Dr. Jég þorði Gregory hernandez (kennari kynntur tilheyrir ahann R.kennari Vgrænt)	694
Her Mól (rfá aðstoð, hannhvort sem er comanda the arcanhlaup Gabríel)	986
The Morya (The það er eðanei frábært málsvari ognei clíka af árásir sálfræðingar. Þeirra frábært skipun það er THE LJÓS AF GUÐ ALDREIAC FAALLT)	522
The Nei.ombre Kosmískt ogJá the hvaðog hannþú ktlýsir ognei the Univísu.	76129
Grunnskólastig af Líkami (Cuigefa það)	97
Grunnskólastig af Dinvar (meðexion)	47620
elohim róaðu þigpabbi (Austur frábært Vertu styrki þetta friður	129

inninnri svo neinauðsynlegar hoy dagur)	
Orka Demantur af sirihvort sem er (geraer cmeðvitundarlaus ogþetta titringur úrskurðar: Yhvort sem er Am hanna Orka Demantur af Sirius, birtast núna ognei ég ságefur Y mál)	48815
Flugsveit af The Stríðsmenn af Eldur, angel öflugur fyrir leggja fram a hannás fuerzas Myrkur	82977
Ástand af "DRAUMAÐI" Móðir María	27
ganesha	46429
Gem Galgani......... Kóði Heilagt Villimeric 665	
Frábært Yogi R.amacharaca	22233
Granone: Kóði 12179.	12179
hadas af ANNAÐURasibeth	33399

GUÐMENN, KENNARAR, VERUR AF LJÓS	KÓÐI
Iramú (am til þjónustu af Snilld Planetary núnaþruma, am af Jáexos Fkvenleg píkenna ognei sumira dugnaður hvaðog hafa hvaðog hacer hvort sem er Eitthvað hvaðog þúJá langar conget)	584
Isis	717
Kwanei jánei (móður dog hanna miskunn)	286
kona Nei.ada (María mAgdalena)	771
kona R.owena	82137
Hringdu Sábylgja Plbundin (Er Hringdu ogJá stórkostlegt Y hanna dós eðaHANN fyrir allt hannás Jákennslu).	524
The Herrar mínir af Þúég	55555.
Kennari Astigið upp Aátti	515
Kennari Akona	1576
Kennari ascendo Ashhar Sheran	1164.
Kennari Paramahansa Yogananda: 272829.	
kennarar Aniðurkominn (fyrir Þrá hKomdu nær ahvort sem er conei þeir)	421

Maggid (eðanei anhlaup af baraticia hvaðog hannþað er afturkerti leyndarmál á meðan er það svo ognei trans dáleiðslaotic)	711
Marta ruþ (flytjanda dog hanna Orka Demantur af Sirius. Pbreyta vera bassi þess vernd Y rfá þess blessun)	68115
Martha5 (vinur af Jesus, hsystur af Lasarus. gjöf the Don af hanna trú, hanna cþolgæði dog þora, af cbiðja hlóesgos)	527
mataji (c)viðbót guðdómlega af Babaji)	799
melína (c)viðbót guðdómlega af örn hvítt)	914
melkizadek (ognei clíka dog ataques sálræn)	11614
Mennolika:	02412.
Marlín. Pnúna hvaðog ég veit ctengja conei the Y aðlaða þeirra óskir. Peða miðlungs af the mun vakna the Galdramaður hvaðog það lifir ognei cada ahvort sem er af eðaþú.	477965
Muruga6	52574.

- Að kalla fram orku Mörtu í gegnum þennan kóða er að laða að okkur trú. Marta gefur trúargáfuna, hæfileikann til að þora, taka áhættu. Sá sem ákallar Mörtu í gegnum þetta númer mun finna vináttu hennar og ljúfleika.

- Hann er stríðsguðinn og beinir himneskum hersveitum til að tortíma djöflunum. Hann er karlmannlegastur og hræddastur allra guða.

GUÐMENN, KENNARAR, VERUR AF LJÓS	KÓÐI
Nei.ebulosa Avog Fönix (ég veit hacen til staðar dásamlegt einingar innþrír þeir legrashogua ahvort sem er af hannþú kennarar af Jesus oghann Kristur)	444 97 114
barnhvort sem er hehþeirra	144
barnhvort sem er hehþeirra (það þjónar fyrir aðstæður dgert ráð fyrir Y fyrir beita því inn hannþú barnþú)	144
barnhvort sem er hehþeirra af Atocha	701
barnhvort sem er hehþeirra af praga	689
Pföður Píhvort sem er	4447
Parvati	499
plúshelming Grátt (sonura af Kennari Astigið upp Aörn Hvítur Y melína Já WHOþau voru horfa á kraftaverk, llamen er Fjölskylda af Ljós)	68025
Préttvís af oasibeth (opið)	147-62
prtilboð Elíás	52071

prtilboð Móse	85012
R.amtha	659
R.Hæ Salómon (Tilma af tilmjög óhreint hvorugtsigla, þau geta spurðu hann visku Y aðstoð inn casos hvaðog Líta út eins og Yoómögulegt)	344
ruþ af enndrómeda (stilla inn cá þess innergy)	5600
Heilagur germain	523
salusa af Sirius 7	177
Heilagur enntóníó af Psérsniðin (rekvador af hannþú hann hefurbers glataður)	858

Heilagur Benedikt: 26123.

Heilagur cajetan (gábyrgðir stuðning efni Y andlegt)	817
Heilagur Charbel	799
Heilagur Cristobal	918
Heilagur flýtt Austur Kóði það þýðir þrefaldur birtingarmynd, jæja the Fjórir, fimm það er eðanei villidýrBara hvaðog birtast.	454545
Heilagur Jorge (Austur Vertu af Ljós það er eðanei frábært verndandi Y hannog elskar hjálp)	118

Heilagur júþú gefur þúadeo (frændi af Jesus), léttir af theJá más alvarlegur þrengingar 16700

- AÐ VERA SEM TILHEYRIR hjúkrunarmóðurinni sem mér skilst hjálpar til við uppstigninguna í 5. víddina

GUÐMENN, KENNARAR, VERUR AF LJÓS	KÓÐI
Heilagur Martin af Porres (ogJá stórkostlegt. TheJá innbönd dog the hvort sem ermyrkur agónandi hann hefurnei sáttmála dog særirr lækningar búiðJá por oghann erkiengillhann Rafaehann, Y ogste dásamlegt vera það ha komið í veg fyrir. Heimsókn þess Afturkastaði OGógnvekjandi WHO það hann hefurga neihvort sem er mun koma út conei the hendur tómt)	994
Heilagur R.eða hvað (fyrir cuEinhver veikindi csmitandi, hættur, meindýr. Austur Vertu af Ljós það er mjög fithe Y cógnvekjandi)	556
sanat kumara (koma á fót cósnert)	449
Heilagur Her af hannþú Dýrlingar falið	654
Sarah (h)ija dog hehþeirra, Yhvort sem er am a dog the fyrrverandiþrýstingi plús hreint afhann Adauða Guðdómlegur, Fui oglegida fyrir asjáðu ognei það erte veður Yhvort sem er hog ég kem fyrir hvaðESB þitt, það ersérstaklega hérúthem hvaðESB neihvort sem er ég veit finnst afjandinn, skynja oghann ástr a allir þaðJá neistig)	61124
Herrar mínir af kvopn	95138
Herrar mínir af Þúég	55555
Serapis Bey	68120

verur af Ljós (meðsnerta telepathic)	1000
verur af tunglz (fyrir SValtari Y látar Fflæði, ennula the búastoðnet Y the BremsaJá hvaðESB NeiJá koma í veg fyrir uppribir skilaboð)	554
Shiddartha	52637
Shiva	351
simon Bolivar (ogste vera dog ljós hefur a aflestum titringur)	155
þúnúna Hvítur	518
þúeresita af lisieux (allt cleysir dog aðstæður)	tveir
einstaktornies (ríki)	14147
Yogi R.amacharaca	22233

AENGLAR Y ARCANGELS	KÓÐI
anhlaup Abundia (Agnægð): Austuranhlaup ogJá ásthvort sem er Y afturskaut a the Asálir dog the fátækt. Okkur da skilaboð ognei drauma Y cuida það hvaðESB við höfum dog virði. s. C.hvenær finnst ogsa angustia torá meðan ACnotað af neihvort sem er að hafa oghann dinero nóg	71269
anhlaup Adoníel (Rendað fara ognei a Examatseðill)	32511
anhlaup TilAgill: OGste anhlaup NeiJá hvort sem ertorga fyrrverandiþað alls ognei oghann trabassi.	52511
anhlaup Adauða (anhlaup trúdrengilegur, finnst ég lokaa Y dnjóta dog ég energia, Yhvort sem er am A.MEÐA, a anhlaup kvenkynség ekki dog dulzura, a energia hvaðESB neihvort sem er ég veit rige por the lögum hamanas)	70-27
anhlaup ennauel (ogJá oghann anhlaup dog the viðskiptiios Y dog the hónöfnum dog viðskiptiios)	379
anhlaup bagoloni (ÍÍ gegnum fjarskipti, smit afhann hugsaði ognei ogste veður)	2194
anhlaup Barachel (ahjálp ognei vandamál juridic)	311
anhlaup Carona. OGste anhlaup þeim innmerki a vernda þig ognei Máliðhvort sem er dog tormyntu Y stormar	52137
ANGEL CERVIEL8	489
anhlaup af hanna Agnægð (Abundia) (OGste anhlaup ogJá bíllsniðug Y afturskaut a the	71269

Asálir dog the fátækt. Okkur da skilaboð ognei drauma Y passaðu þiga það hvaðESB við höfum dog virði)	
anhlaup af hanna Nei.nótt	880
anhlaup af hanna Viska (hann hefurfara ég hannkallaði a þaðJá 4 vindar Y hvaðallt í lagi ég oghlustaðu mun hafa oghann OGanda Heilagurtil dog savisku, vera the dýrð dog Guð, Y mun skína conei minn ljós ákafur. Yhvort sem er innrödd virði a hvaðWHO ég innsímtöl Jámeð einlægni)	7.000.000
anhlaup af hanna Þúskjátlast	331
anhlaup af hanna síðastsvindl klukkustunda (ahjálp gerirr áætlanir fyrir hvaðESB við getum aná neiokkar markmið, NeiJá hacog oghann ACMitt nei plús þolanlegt)	1777
anhlaup af hanna Ságefur	887
anhlaup af Shambala	14721
anhlaup Gull Agustin (c)tengja conei mYo Orka)	335
Aengill Fkvenleg ÁST, Coframkvæma D.ivine af merlin	863
anhlaup Granona (tilheyra a hanna zá af cinskaut af hanna Þúsakna)	12179
anhlaup INAEL9	55511

- ÞAÐ ÞÝÐIR AÐ GUÐ VER er verndarengill Davíðs konungs

- Verkefni þeirra er að tengja þig við sameiginlega meðvitund fimmtu víddarinnar

AENGLAR Y ARCANGELS	KÓÐI
anhlaup Hasaiel af hanna Móðir María (anhlaup telepathic, a afturgallískur dog the herraJá afhann karma)	1122
anhlaup Hainnsigli	8914
ennhlaup skyldmennistjórnarherra sakwa10 (OGþetta G.kappi tilheyrir ahann Gruppá dog angel kallaði Kraftar, Y þúhefur frábært dósr fyrir leggja fram a the innbönd neikvæð sýnilegt hvort sem er ósýnilegt.)	339716
anhlaup Melekiel (oghann ennhlaup dog the öryggi)	65124
anhlaup Mennolika (tilheyra a the svæðia afhann cinnturón dog the þújörð)	2412
anhlaup Parasiel (undirbúa oghann ACMitt nei fyrir the agnægð)	515
anhlaup R.aaschiel (ég veit notar ognei ACSV dog jarðskjálftar)	65
anhlaup R.aziel	679
anhlaup R.edel (hvenærhvort sem er þörfstaður eðanei meðsejo vitur, ég veit the afturhorfa)	127
anhlaup R.eða the haipar	72951
ennhlaup Samandiriel (OGhann anhlaup dog the ímyndunarafl)	11921

anhlaup Samaral	7293
anhlaup shateiel (Anhlaup af Þögn)	12459
anhlaup þúrafræn Jasaiel (EÐAnei rgjöf það af The Herrar mínir af kvopn)	1122
anhlaup þvagiá (annaðhvorttorga vernd Y hannfrelsun ognei ACþú ert dog Galdrar (Galdur neigra). Talíka punda a the asálir dog the dauða skyndilega)	712754B
angel (para akoma með ahjálp Y frelsa okkur dog innbönd stuttJá hvaðESB skemmtun dog stafur a neiokkar aura)	44
angel AMEEE: OGþessar angel þau geta vera ákallað ognei ACþú ert dog ótta ákafur Y afvonleysi	8887
angel af hanna Vörður	525
angel af hanna más öfgafullt Y viðkvæmt csleppa, hannþað er haran cumpany ognei the sama innhillu ognei hvaðog prtilkynna þess Kóði	78631
angel af hannþú fyrirbæri Nei.eðlilegt	775
angel gullna (babaji ha dicho hvaðESB það erhósti enngel afturlosa aðstæður fyrrverandiskjálfti, lækna the hennibrottfarir hvaðESB koma í veg fyrir oghann auglýsingukoma dog the velmegun)	744
angel fylgdarmenn af La Móðir María	5533
angel imael, Orael, Saniel, Urhann, minael, Somael, arsithe (Farðubiernan the ÞúY dog Agrip fyrir akoma með the Þakka þér fyrir ogsértilboð; þeim andlitþeir verða ólæsir	8749

þess dós dog

Birtingarmynd. La cuota vera jákvætt)

angel Granona Y Mennólíka. OGþessar ég mun veraJá tilheyra a the svæðia afhann cinnturón dog the þújörð, Y eru Já

ég veit hvaðvill þaðJá síma fyrir coHafðu samband við okkur conei hvort sem ereftir Mál

- HANN TILHEYRIR HÓPI engla sem kallast POWERS og uppruna plánetan hans er AGEON.

AENGLAR Y ARCANGELS	**KÓÐI**
Granona	12179
mennóeins	02412.
angel Pheyra. Þessar verur eru stórkostlegt Y þau geta breyta Fljúflega hannþú atburðir af heiminum.	457
arcanhlaup metatron	331
arcanhlaup Rafael11. Viðbót Gafkom af The mföður María, það er the heilari af ágæti.	29
arcanhlaup sandalfón	820

KÓÐIS ENGLANNA D.THE ARCANGTHE RAPHAEL

anhlaup SOMI, OGhann hvaðog revela leyndarmál 88827

IRIN: The hvaðog hannþú consuela inn þeirra sorgir 1214

ANGEL Nei.EGANI: Abre líkur innmensas a WHOnei hannhvort sem er llást 28500

ANGEL NASCELA: Ahjálp a allt það hvaðog hafa þess krgáfum
Lokað upp Y neihvort sem er dós sjá fyrir sér almennilega. 62174
ofrece eðanei hjálp innmetanlegt inn the þróast rfljótur af hannþú hæfileika

ANGEL AÁN HANN: Austur anhlaup reglum hanna Felicitity Y WHOnei haga meðexion 53728
Með the mun skynja þess til bóta áhrifhvort sem er.

ANGEL DANIJEL: Það er the anhlaup af hanna jústicia Gafvíngarð. kúkede fara a OGhann 62515
Allt það hvaðog finnst hvaðog það er sáttmála injustamente inn cuEinhver svæði.

C.HACRAS

AENGLAR AF LÞỤ́ CHAKRAS	**RÓT**	**KynferðislegtL**	**PLE SÓL**
996	760	541	293

- Hver sem leggur fram einlæga beiðni til þessarar dásamlegu Veru mun alltaf hlúa að og læknast. Þessi erkiengill læknar þá sem treysta á hann og takmarkalausa ást hans án lyfja eða skurðaðgerða. Fyrir mér er hann töfrandi vera, hafðu hann sem besta vin þinn.

RÍKIÐ Aengla AF THE þúMOTTEKKT MÁL

Hver tíma hvaðog eðaþið krakkar eðanota Austur Kóði, Jáog hannþað er
opið hannás hurðir af hanna 14720
fimmti Gafnefna, leyfa þeim Aðlaða Lúkasþað er Y meðsleppa hærri fyrir
vera beitt ognei þeirra lifir.

Í gegnum Austur Kóði cþeir munu fá hanna innsamfélag í ljósi cuEinhver
veikindi slíkt como hannhvort sem er ég gerðiþau voru hannþú plús cnálægt 72249
fylgjendur af Kennari
Jesus

The Nei.ombre Kosmískt það er the hvaðog hannþú Yoauðkennir ognei the Univísu. OGste Nei.ombre
dós vera rí ljós slíkt como hannhvort sem er hás villidýrbruni Rás Afeat. The vera hvaðog eðaþið krakkar meðhafið como Jég þorði Gabríel hérYo inn hanna Jörð, það er Yoauðkennd comán AVERK ognei öðrum Mál. ónúna rétt, the Neibbnafn Leyndarmál það er annað cbjörn. Það er eðanei hljóð hvaðog þess vera plús innthymus hannþað er rmun opinbera, Y hvaðog a þess tími, eðaþið krakkar neihvort sem er ropinbera a neibless, af það er ég veit llelskar "leyndarmál". Pnúna að hafa aðgangur a þessar gersemar, þau geta llelskið hvort annað a Nei.við.

76129

ennþú hefur dog nota það þau geta desað fara aEitthvað comhvort sem er ogþetta:
KRAFTIR AF REINEI ENGILLICO AF LA ÞRETTÁNFER MÁL, TILIGEREN OKKAR PRAÐGANGUR AF ASCENSION, Y LÁTTU OKKUR FYRRVERANDIPERRIMENT AHVAÐ Y óBÆÐIÐ, SEÐA GUÍA Y SEÐA VERND.

KÓÐAR AF THE 7 snillingar PLANETAR

Gafa	**G.enio**	**Fsmurningar**	Cosegja
Mánudagur	PHUL	reglum hannþú málefnum af hanna Tungl. Reiði hanna hædropsy, Y styrki ONDYNES hvaðog NeiJá hjálp inn Flögun sýnilegt.	1004
þriðjudag	phafótur	reglum hannþú askiptir máli af Mars. Styrkir friður, Y aðstoð A höndla Y meðtröll the Egó.	62987
miðvikudag	ÓFIEL	reglum hannþú málefnum af Merkúríus. kennir allt theJá arþú, Y styrki andar ættingja	1008
JÚAÐFARARNÓTT	BETHOR	reglum hannþú málefnum dog júpíter. Styrkir sylfur af Ljós hvaðog neiþú gefa rviðbrögð rétt. prveitir lyf kraftaverk. ég veit hannog þau geta Sækja um andar Fættingja blsnúna hannás ót.dviðkvæmni hvaðog höfum	1010
SáErnes	HAGITH	reglum hannþú málefnum af Ví Bandaríkjunum Styrkir hanna fegurð Y The cBirnir góður. þúlíka gefur andar ættingja fyrir hvaðog hannþað er encvið skulum fyrirboða verkefni sérstakur.	1012
		reglum hannþú Askiptir máli dog Satúrnus. kennir hanna Galdur, The fisica, Y hanna gullgerðarlista.	

LAUGARDAG	ARATRON	Nei.þú styrki andar Fættingja fyrir málefnum sérstakur. þúlíka NeiJá styrki hanna vináttu af The Pígmeos af Ljós	1014
SUNNUDAG	OCH	reglum hannþú askiptir máli dthe Sun. Ímerki hanna lyf, Viskan og gefur peningar. Þújan a þess þjónustu 36.536 andar, Y hannþú senda af samningur a hannás ót.dviðkvæmni af cada ahvort sem er	1016

Móðir MARÍA Y ÞESSS MÁLSVÖRNÞAÐ ER KÓÐIANNAÐUR

Móðir guðdómlega	5
Móðir María (h)ás fara niður a hanna Jörð allt the blseða af hannþú kennarar kynntur)	333
Móðir María inn þess Atrúboði af María hjálpdýrkar	115
Móðir María inn þess Atrúboði af Villiaukalega Mrs af caacupe	52190
Móðir María inn þess Atrúboði af Villiaukalega Mrs af coromoto	1615
Móðir María inn þess Atrúboði af Villiaukalega Mrs af Gvadelúpeyjar	12
Móðir María inn þess Atrúboði af Villiaukalega Mrs af hanna Huggun	12573
Móðir María inn þess ákall af Villiaukalega Mrs af The Medalía Eitt þúsundagrósa	27
Móðir María inn þess Atrúboði af Villiaukalega Mrs af The verkir	58721
Móðir María inn þess ákall af Villiaukalega Mrs af lourdes	1201
Móðir María inn þess ákall af Villiaukalega Mrs af Heilagt Hjarta	844
Móðir María inn þess Atrúboði af Villiaukalega Mrs af loreto	373

María inn þess Atrúboði af Villiaukalega Mrs af R.beinagrind (styrki aa vernd stórbrotið cá móti slys)	761
Villiaukalega Mrs af The Miskunn Pvið skulum heyra innkallaðu það hoy Y að eilífu cá Austur villidýrBara.	13000

KÓÐAR AF ASUMIR LÖND (s)og mun bæta við þaðJá það vantaran)

Land	C.óð	Land	C.óð
Kólumbía	01	Venesúela	02
arGentína	03	Eldpipar	04
Perú	05	Mexíkó	06
Japon	07	PAna Ma	09
Strönd ríkura	011	Ekvador	012
bólivískt	013	úruflott	014
Paragvæ	015	Brasilíu	016
óstralia	017	Frakklandi	019
ríki Unitveir	020		

ÞETTA HANDRIT ER AFLEIÐING af því að panta allar rásir sem berast í tengslum við kóðana

PLANETUR	KÓÐIÁFRAMSAGráða
Áætluneta Þúskjátlast	0014 Y 625
Hafðu samband hannþú hnöttur	75820
Kerfi Stjörnumenn alfa Centaur	0011
Pnúna stuðning a The Móðir Þúvilla: (SYo cada Asál fráog þess ACsa Y a hanna klukkustunda hvaðESB ogsandpappír, afturflauta ogste kóðaég fer sagráðu, myndi virkja a öflugur energia dog Samstaða hvaðESB ogværi vital Margir meðóhöpp, Y famyndi vorecería ahann pláneta).	88845
Ageon	001
Sirius	002
The Pleiades	003
enndrómeda	004
Óríon	005

Mars	006
Bogiferðir	007
Ví Bandaríkjunum	008
Sábylgja	009
oasibeth	0010

JÁEINKENNI LÍKAMLEGT	KÓÐAR	JÁEINKENNI LÍKAMLEGT
A.CV (accitönn cheila æða)	1413	bilirúbín (neieðlileg)
unglingabólurog (píthe)	879	töskur bassi hannþú Hæþú
Adenoids	11260	töskur bassi hannþú Hæþú
Aorðatiltæki a hanna csleppa	72469	berkjur
áfengiólismi	71566.	brúxismi
Tilergi til hamán	37	Pera R.hér (æxli)
Tilergis	572.	Búlimía
Tilergis til Pólífu	68	cadasil
Tilóperu (skalli)	2574	Mjaðmir
alzheimer (fólk hvaðog hannhvort sem er þjást)	42913	krampar
alzheimer (koma í veg fyrir hanna enferm)	5947	útreikningum Renöl
Amblyopia	3894	Sköllótti

Atíðahvörf	754	Krabbamein (fyrir vernda þig fyrirbyggjandi af er veikindi Y forðast hvaðog hannþú umfang)
Atonsillitis	696	Krabbamein af Ristill
ennemia	ellefu ellefu 171 Y 71 521	Krabbamein af veigiga
enneurysma	2978	Krabbamein ognei hannþú haþeim
ennhvort sem er	927	Sveppasýking
ennorexía	27600	Flasa
Asmávaxinn Of mikið	551	fossar
artribólga	551.	Kalt Y þúþú
artrosis	621.	cavernoma
ASvipað hanna fuerza (d)þróun vöðvastæltur)	58154	Frumubólga
Asma	2539.	Keisaraskurður (fyrir rbatna)
Astigmatismi	028.	Chikungunya (blsnúna cað berjast)

Abikar Cortical Framhlið	72164	Sciatica
óthymus	6927	Skorpulifur
óað virða	877.	Blöðrubólga

JÁEINKENNI LÍKAMLEGT	KÓÐAR	JÁEINKENNI LÍKAMLEGT
Olnbogi Lög	7123	ebóla (veiras)
Olnbogi Vinstri	7124	áhrifum aukaatriði af hanna lyf
Kólesteról Y þrírglýseríð	72911.	Fjarlægja The Þreyta (Fatiga, klæðast, þreyta)
Hólka tíðir	82552	tannhold
Ristilbólga	81420	Veikindi kronic
Ristill irriborð	429.	Veikindi af Hann hefurShimoto
Dálkur Vhryggjarliður	304	Veikindi af trsmit Kynferðislegt
Tárubólga	82115	Sjúkdómar smitandi (lihneykslast)
samdrættir	304 1820	Sjúkdómar andlegt
Hjarta	123	Þungaþemba pulMonar
Rétt hanna stöðu clíkamlega	679.	Faraldur
kryptorkisma	2979	Flogaveiki

Háls	91.	scleroderma
Dengue	1118	tognun
Þunglyndi	9	Vélinda
Leki Heila	87813	Spur calcaneus
Sykursýki	22574	Magi (óþægindi)
Niðurgangur	557	Skjóta
Tennur	15.000	Hægðatregða
dyshidrosis	89976	Árangur inn cirugías
dysmenorrhea	191	Sáðlát prbergmál
dyspareunia (c)heyrt sársaukafullt)	808	Skortur af Asmávaxinn
Útþensla Akvið	421	Fibroma
Dystrophy af fuchs	31613	vefjagigt
æðabólga	2828	Fibrosis pulMonar

Sársauki af cabeza	428.	Hiti taugaveikidea
Sársauki Tíðarblæðingar	82550	Styrkja dúkur veikburða
Sársauki sjónrænt	44415.	sýður
verkir hershöfðingja	911	Brot af Hauskúpa
Eiturlyfjafíkn	122714.	beinbrot (hvaðog neihvort sem er suðu)

JÁEINKENNI LÍKAMLEGT	KÓÐAR	JÁEINKENNI LÍKAMLEGT
hnúta	37600	Ófullnægjandi hjarta
lofttegundir	511.	júantes
Magabólga	44351	Tungumál
Kirtill dog Seyting Ístuttlisti	534	Hvítblæði
Kirtill Pinnaeal	52011	sár innan af hanna munni
Kirtill Þúmán	59981	Lupus
Gláka	991	mömmur (brjóst)
Dropi	120	Blettir inn hanna húð
Flensa	630	Hönd rétt
halitosis	27600	Hönd Vinstri
hemangiomas C.heilahimnur	373	svima
hblæðingar (fyrir hafa)	82971	Fylki

hgyllinæð	2579.	Mergur hrygg
hepatisbólga	82976	Minni (tap)
hernia diskur	711	Tíðahvörf
hernia diskar	52130	Meðlimur Virihann (typpið)
hernia Íguinal	1525	Mígreni
hherpes	52751	Nærsýni
hægado	762	Nei.fæðingu Pelo Villievo
hæpermetropia	825	Nei.ariz
hæharðræði arefni pulMonar	54722	Nei.ervios
hæpogonadism	25799 Y 12611	Nei.lungnabólga
hirsjálfstrú hugmyndafræðilegur	21504	Nei.augnsvif
höxl Lög	2769.	Nei.odules inn the hægado
höxl Vinstri	6420	Nei.odules inn the pulmán

hongos	2679.	Offita
Þvagleki kollur	27315	Eyra Lög
Hjartaáfall Heila	715	Eyra Vinstri
sýkingar þvagiaríur	3334	Hæþú
ófrjósemi	660	Lykt (blsnúna rendurheimta það)
Bólga Ívitnisburður	874 / tveir25	Slitgigt hrörnun
Inflúensa	259.	beinfæð

JÁEINKENNI LÍKAMLEGT	KÓÐAR	JÁEINKENNI LÍKAMLEGT
Beinþynning	911	Brennur inn hannþú Hæþú
eggjastokkar	1579	blöðrur eggjastokka
eggjastokkar (verkir)	729	R.asquiña (piquina) clíkamlega
Pancreas	159.	R.útstreymi Maga
Pgreiningu Heila Barnalegt	71228	R.koma á fót the A.DN
Paraplegia	881	R.þjóðernisbólga Pígummentosa
Psníkjudýr	511	R.etinopathy sykursýki
PArkinson	57159	R.eumatismi
Pþað er (neihvort sem er fara upp)	79418	riniþetta
Pþað er Líkamlega (vandamál)	32194	nýruá D.upprétt
Píog af Aíþróttamaður	67987	nýruá Vinstri
Píthe (fyrir litarbreytingar)	515	nýrusjálfur

Píaugu	10120	R.odilla Rétt
Píog lögum	94.	R.odilla Vinstri
Píog Vinstri	93	R.Onchids
Pólífur	58519.	Kælingar
Pólífur (Ristill Y R.osfrv.)	58519	Seborrhea
Pólífur (eðaterínur)	58519	AIDS
Psauma saman Líkamlega (c)orfix)	679	Heilkenni af steiner
prfundur Tilta	54721	Heilkenni sjögren (enfæðruleysi sjálfsofnæmi kerfisbundið hvaðog ég veit ceinkennir af að hafa áhrif á aðallega a hannás kirtlar exocrine hvaðog meðduce a hanna útliti af þurrkur)
prað koma hanna enfæðruleysi af alzheimer	5947.	Skútabólga
prvandamál dreifistthoriums	52311	Kerfi Ímunfræðilegt
prvandamál af þyngd clíkamlega	32194.	Heyrnarleysi

prvandamál R.útöndun	443	þúabaquisma
prólaktín	856	þústama
prostata	37	þúendabólgu
pulmán dupprétt	81	þúendinosis Annáll (h)axlir)
pulmán vinstrierdo	fimmtán	þúreisn

JÁEINKENNI LÍKAMLEGT	KÓÐAR	JÁEINKENNI LÍKAMLEGT
TicJá neiákafur	829.	Vagínismi
tiniþitt	690	Vhrukkum
kastaoides	67.	Vsvimi
trasplants af Nýraþað er	901	Vsicula (vandamál)
trastorno Geðhvarfasýki	721.	veiraJá Chikungunya
þrírglýserið Y Kólesteról	72911	Vsleppt
trumbus	681	vulfer
Þúberkla	29701	zonas af Líkami Hinchadas
V.PH (veira af papilloma hahönd)	10160	Zuambidos

Efnahagslíf Y FJÁRMÁL

Akoma með Viðskiptavinir inn eðanei neiánægju	71588
Tenging cá oghann Grunnskólastig af Peningar	47620
Hvenær einhvern hannþað er verður peningar Y neihvort sem er WHOþú ert borga þeim, Austur innsímtöl hanna innergi Af dýrlingur enntóníó af Psérsniðin, hvaðog það er the rekvador af hannþú hann hefurbers tapað.	858
Peningar (eðaHANN ognei casos ýta)	897
Finndu til Atvinna (cuhver sem er af hannþú 3 cóðar)	454545/ 16700/ 5600
Árangur	2190
Pnúna peningar Nóg llað elska til angthe Abundia: OGste anhlaup ogJá bíllsniðug Y afturskaut a the Asálir dog the polyng. Okkur da skilaboð ognei drauma Y cuida hannhvort sem er hvaðESB við höfum Af virði.	71269
Pnúna hannþú Nei.viðskipti	105
própreu	79

FYRIR AÐSTÆÐUR ANDLEGT Y SÁÐLEGUR	KÓÐI
Abren hannás hurðir af hanna fimmti Stærð, leyfa þeim Aðlaða Lúkasþað er Y cþekkingu hærri fyrir vera beitt inn þeirra lifir.	14720
Abriar camínó	691
Andstæðingurveira (okkur)ar cuég geng neioft cBirnir inusöl ognei Jáeða ctölva)	52
Amylja hanna Höfuð af hanna Snákur (hvaðog Villiestrus Vegur ég veit Hreinsa)	75139
Alikynslóð af hannþú einkenni af ascension	680
Bassi Astral (WHOtjara interference)	237
tvístaða12	61522
Heili (c)á the dós af mataji Y af Kennari ascendo Heilagur Germain, hág rekstraraðilar allt þeim svæði af ég cheila hvaðog henn eftir innvirkur Á meðan mikið þúég. Peða Panta Guðdómlegur, ónúna Komdu inn inn aðgerð fyrir hanna Dýrð af anda guðdómleg)	10-24-75
C.óð Heilagt Heilari: KÓÐI PRÁTVRÐUR: actuan ognei fyrirma áhriftíf Y öflugur ognei allir þaðJá clíkama. miðjanáður oghann blsgetur þú losna dog energías óhollt hvaðog vera meðtamning þess vera, og jafnvel dog Margir dog the	44

einkenni hvaðESB ací raun þjást af rökstuddurnei afhann ACbreyta blsbrautargengi OGste kóðaég fer dregur út dog raíz fyrirplús dog hugsaði, innbönd, Fþú varst neihvort sem er nettóimides, afturVaranleg dog energia gefasa hvaðESB hann hefurnei hvaðgaumgæfið ognei þess inni por samkvjónir dog vampírur energetic Y innsamfélög afhann bassi astral.

Kóði af Adauða Unialhliða 35133

FYRIR AÐSTÆÐUR ANDLEGT Y SÁÐLEGUR	KÓÐI
tölvur, áður af byrja a að vinna fyrir hvaðog vera libres af hanna Mengun rafsegulmagn Y af innergis nociÞú ferð innsýnilegt.	1900
Samskipti cá oghann sál Y hlustaðu á hana	4.500.000
Samskipti cá hannþú verur af Ljós. "sleppa Y láta að flæða" mátjs sinnum við höfum ótta dog "ogheyrðu", ogste kóðaég fer ennula the afturviðnám Y the BremsaJá hvaðESB NeiJá koma í veg fyrir Til að taka á móti the skilaboð dog a leið oghvatvís Y auðveltveikur.	554
Tengdu conei oghann Tvöfaldur	682
Tengdu cá hanna Þúskjátlast	625
Ráðgjafi (spyrja Y vera hjálpaði af Austur	456
Hafðu samband a villidýrestrus verur kæri líkamslaus	100
Hafðu samband The hnöttur	75820
Hjarta: Peða miðlungs af ogste Kóði meðþeir munu eiga sér stað stór leyndarmál, jæja theHjarta það er hstöng núna eðanei frábært dÓþekktur.	123
Skera af bönd þúrafeindatækni (Fyrrverandiareten bönd	

hvaðESB NeiJá asvo a hvort sem ereftir fólk Y dog the cual ogJá þörfsary hannfrelsa okkur OGþessar avextir koma frá dog hvort sem ereftir lifir Y meðhalda áfram hafa áhrif SVbre Neivið ognei the acnákvæmni. By miðlungs dog ogste kóðaég fer NeiJá við sleppum dog the áhrif telepathic hvaðESB slíkt innsamfélög æfingarnei SVbre Neivið Y thevið líkjum eftir cEinhver huella hvort sem er afturskrá sig hvaðESB dós hvaðuedar ognei neiokkar sálfræði 577

Gefðu honum Ljós Y léttir a þeirra verur kæri 25

Dr. Tileru til C.tunnu (Forrit af leiðbeinendur andlegt) 929

Dr. erich Fromm (Forrit af leiðbeinendur andlegt) 72515

Dr. Josph murphy (Programa af leiðbeinendur andlegt) 55533

Dr. Paul Juppselt (Forrit af leiðbeinendur andlegt) 73

orku af hanna Tungl (móttekiðbir) 112

einingar Nei.neikvæð geimverur (liopna af aðgerðþað er nociÞú ferð) 401

Komdu inn inn transog hipnotic 427

Heyrðu a hannþú Yoes af fortíð .000

andar spottarar inn the hogar (libranos)	314
andar af vondura Y af Eymd (liopna, Svo límónaþeir munu kvaka Y mun undirbúa the land, fyrir hvaðog engla Gabríel, Parasiel Y Abundia, þau geta sá Jáemillas af gnægð)	773
Að framlengja hanna Égmiskunn guððómlega	18
Til að létta hanna cgreiningu. The cgreiningu það er eðanei meðsnerta þúrafræn conei The verur af Ljós. WHO eðaég veit Austur Kóði, krmun heyra eðanei aumhverfi favorvænt fyrir hvaðog hannþú verur af tunglz hannog senda Lúkasþað er Y stefnumörkun.	499
Blóm af hanna Ságefur	3366
ígræðslur Y lirfur Astrales (librasi)	1118
Auka hanna innupplýsingaöflun	1523

FYRIR AÐSTÆÐUR ANDLEGT Y SÁÐLEGUR	KÓÐI
Komdu inn a hannþú R.skrár Akasics	9871
Ákalla ahann Andi af hogar	715
kvopn (c)hætta við)	791
bönd telepathic (c)skera af Y libernos)	577
Gefa út af þaðJá meðtilboð karmískt	1188
ókeypis af Aðgerðir neiocivas af einingar geimverur	401
Fáðu ókeypis af hannþú andar af vondura Y eymd	773
Hreinsaðu til rými af titralönd, hlutir, fólk, Y innbönd neineikvæð af Allt pöntun. OGste villidýrBara ogJá comán a ogkúst hvaðESB sópa allt the rusl hvaðESB dós skaða okkur. Sog dós nota fyrir the ACsa, the skrifstofuí, hvort sem er cEinhver staður ahann hvaðESB göngum inn Y hvaðESB finnum til conei slæmt energia.	927
Hringdu fjólublár af hannþú eitt þúsund Sólir	860907
Hringdu Sábylgja Plbundin (eðaHANN inn allt hannás aðstæður)	524

Ljós af prdýpkun (kemur frá af sirihvort sem er Sendu það a
eðanei rég man sársaukafullt,
A lokun, aa Jákennslu hvaðog hannþú Austur truflandi, hvort 1446
sem er a aa manneskju a hanna hvaðog WHOvoru Senda
tunglz.)

Móðir Jörð (stuðningur) 88845

Miðlungs (þróast hanna hgetu) 58829

leiðbeinendur (Aðlaða ráðgjafiþú hvaðog neiþú Fauðvelda,
þau geta koma upp af heiminum sýnilegt 2008
og boðiðmögulegt)

Heimur Dularfullur 280

HvorugtNei intlægri (rsættast) Á meðan mmikið veður ég hefmos ogríki aðskilin afhann neibarn inni Y neihvort sem er hannhvort sem er heimJá aljúga afbiely. By ogþetta ástæða, ogste neibarn ogJá viðbrögðio a
frelsa okkur Jáokkur gersemar, Y blokkir neiokkar acstarfsemi. OGhann barnhvort sem er ogJá hannuz Y SVmbra. OGJá ljós, vegna þess að oghann meðhafa the savisku, Y ogJá skugga vegna þess að vörður oghann svikr dog 89 Y 344
the æsku. Aa hvað oghann barnhvort sem er hann hefurNú þegar Litað mánmentos trúlús ognei þess æskujá, hafa múps til staðar the caðstæður ég meiðisas hvaðog það hann hefurnei acoskýjað afboð a þess viðkvæmni. OGste kóðaég fer dós cosameina conei oghann 344, hvaðESB aþjórfé líka a theJá dyggðir afhann neibarn innri. OGhann neibarn inni veit chvað ogJá neiokkar verkefni, Y dós vera a félagi fara yfirlinsu

Fáðu rviðbrögð rétt inn R.dúfa	579
kúgarar khervopn	154
Pnúna spyrja the cráðgjafi Y vera hjálpaði af Austur	456
Pnúna hvaðog út oghann sól: Austur Kóði ég veit eðasa hverniggera hÓ rigningleiðir langvarandi	465
Pnúna lækna the árskál G.ennealogical	553
prfela sig af rbless neiocivas af cuEinhver nanáttúrunni	333444
Áætluneta Þúskjátlast	.0014
Psálfræði (þeir munu læra a cpassa hanna innergi af fólk, tunglgares Y hannþú hlutir)	251212
hreintgatorium (hækkun af sál)	44197

FYRIR AÐSTÆÐUR ANDLEGT Y SÁÐLEGUR	KÓÐI
Settu af inntruflanir af bassi astral	237
R.bless Nei.ocivas af Einhver Nei.náttúrunni (blsnúna vernda þig)	333444
R.fá rgefa þær frá sér af Univísu	545
leyndarmál Y Dót falið (ég veit hannþað er afturþeir munu fylgjast með líka cóð af hanna hraði)	2020
Vertu læknast (J)esus til lama hvaðog llevaba 38 ár inn hanna píscina af Betsaída afSATT WHOeru vera Jáandarungi)	111500
Heilkenni af geimveratjón Parental	62637
Einkenni af Asviðsmynd (cuég geng ég veit finnst hvaðog hÓ föshvort sem er innspenntur)	211
þúelepsychia (Það er aa tillaga, neihvort sem er aa Yoálagningu. ég veit htala conei the sála af Einstaklingur til hvaðog við óskum cósnert. Það er bhellingur reiðufé, Y af miðlungs af the ég veit þau geta librar af hannazos telepathic Y kúgarar hvaðhernum)	58
Vampiricism Dugleg hvort sem er Psálræn (afturhulinn af Sarah. OGþessar fólk þúþeir hafa þeirra kerfi dog energia afskemmd, Y ég veit afæða dog the energia dog hvort sem ereftir fólk)	7000
Vhverfi (forðast hvaðog innstalen neiviðskipti hvort sem er starfsstöðvar hfþægindi)	52537

Sáajes Astrales Meðvitaður 729

Yhvort sem er Hærri 864

FYRIR PERSÓNULEGT AÐSTÆÐUR	KÓÐI
actívar The skrifa autómatískt	6726
actívar The Blóm af hanna Vínviðura	3366
actívar hanna Minni	574
actívar þitt merkabah	360
Aorðatiltæki a hanna Matur	72469
ADN (rstofna)	81621
AVá Y Alimentos	091
áfengiólismi	71566
Akveikja á a setja Mörk	728
Ahreint hvort sem er afandarunga (liopna af hanna skynjun)	52579
árskál Ættfræði (fyrir lækna)	553
Ahoppa (hvaðog þú ert libre)	697

Askiptir máli Pennitennur: Peða miðlungs af Austur Kóði
kemur út a hanna tunglz efni rýtt 791
Af fortíð (ogþetta Y öðrum líf) hvaðog neiþú Yompide Haltu
áfram libre Y lipurlega.

ómyntu af hanna hæð ognei hannþú barnþú 52611

óhuga neimerkilega hanna cþolgæði af áhorfendur 777

einelti 52031

FYRIR PERSÓNULEGT AÐSTÆÐUR	KÓÐI
Niðurskurður (auðveltjara)	499
Þreyta (fjarlægja: fatiga klæðast, þreyta)	928
Hús (c)breyta)	72988
skurðaðgerðir (árangur)	42716
Skyggni (þróa)	70225
meðvirkni	554
borða hannás NagliJá	67120
Einbeiting	0
Sköpun (opna það)	18357
Kreppa Nei.kvíðin	994
Kreppa Pgeðrænn	2090
Líkami (Heilsa Y lífskraftur)	900

Líkami Líkamlegt	512
Halli af Aspennu ungabarnnothæft	52557
Eiturlyfjafíkn	122714
Vertu ólétt	660
Óvinir faliðhósti (librasi)	51
Sjúkdómar andlegt	8977
Eitrun	198
Jafnvægi	897
Að skrifa ótómatar (ítúlka tákn Y tungumálajes Óþekktur)	19996
Geðklofi	2913
Nám (íterés)	220
Til að létta the læra dog villidýrevos idieða meira	529
Styrking af La Vvilja	574

Stórt ógæfu (vera librados)	339
Stórt atburðir (eðaFinndu það cá Sjálfstraust Y Von (undirbúa sig)	1212
hogar (íhringja andi)	715
Óöryggi	420
Svefnleysi	531
Vitsmunir (meðhment)	1523
Túlka ritningar, tákn Y ljóngrasker Óþekktur	19996
Lyf (áhrifum aukastig)	2929
Nei.eurosis af Ayfirgefa	427
Villievo neifæðingu af tennur ognei Fullorðnir	53123
Pnúna hacer villidýrevas Y góður vináttu	1129

FYRIR PERSÓNULEGT AÐSTÆÐUR	KÓÐI
Pnúna hannás fólk hvaðog finnst hvaðog er það svo inn "the tunglgar rangt". Dós hvort sem ergefa þeim Kostir, á meðan koma a a neinýr staður hvarog þeirra hæfileika vera vel metið Y viðurkenndfarin.	997
Pnúna hannþú hongos	2679
Pnúna liopna af aa inninngrip quirúrstelpa: 13	55726
Pnúna Vertu læknast. 14	111500
Pnúna nágrannar pirrandi Y ruidosos	221
Paranoa	1559
Pfólk tapað	29700
Pesadillas	57721
Peinn Ligoðsagnir	728
PBæta þaðJá áhrifum af hanna Álagning af Hendur	1515
Plagas (fjarlægja)	1618

prvandamál af símasiðfræði ognei barnþú	1529
pruppgötvun meðtra innviðías	615
pruppgötvun meðtra hannás líkamsárásir fisicas	1025
R.batna the dós inninnri	62987
R.fagnaðarlæti hfomodas (librasi)	28
R.fyrning Meðvitaður (þetta ein aðgerðnei hannþú mun akkeri inn the Núverandi, cmun tengjast inn Flögun Varanleg conei neiokkur)	2500
Að vita cutil það er "the næst skref": Peða miðlungs dog Austur Kóði ég veit neiþú rmun leiða í ljós cá Skýrleiki hvaðhann það er the næst skref hvaðog verður dar. Þetta það er Æðislegt, jæja cá fyrirfram við munum vita inn hvaðog landslag neiþú við förum a hreyfa sig.	114
Farðu af eðanei tunglgar hvaðog neihvort sem er ósk Vertu	72988
Heilsa Y hanna lífsþrótt af cuerpo fisico	900
lækningu (flýta ferlar a allir hannþú stigihann er)	128
lækningu a Gafvera	110834
lækningar (rkoma á fót Y prvernda .Kóði af The maestra ascskildi Kwanei Yin,	33351

inn clíka dári)

Sofðu proffundo Y R.eparador 2820

- STUNDUM GETUR SKURÐAÐGERÐ valdið óþægindum í lífi manns. Þessi siði kallar fram englagaldra Rafaels erkiengils sem er hæfur til að veita gjafir af þessu tagi. Ég var búinn að segja þér að þessi erkiengill grær án lyfja og án skurðaðgerðar. Þegar manneskjan býst ekki lengur við neinu af þessari ljósveru og er orðinn þreyttur á að spyrja, birtist erkiengillinn með töfralausnir. Þess vegna ætti vonin aldrei að glatast.

- Þessi siðareglur uppfyllir óskina um að verða læknaður. Margir vilja ekki læknast, því sjúkdómurinn færir þeim ávinning. Jesús spurði lama manninn sem hafði verið í Betsaida lauginni í 38 ár á þessa leið: Viltu virkilega verða læknaður?

Kóðar sem afhentir eru af LADY OF MERCED TO HEAL

GÖMUL SÁR.

KÓÐIS AFHENT POR. GILDURESTRA HERRAA D.OG LA MIKIÐ PARA REIÐIR.

hÁVERKAR FORNS.

Peða miðlungs af er app mun lækna allir hannþú rminningar sársaukafullt cinnihalds	52
á meðan hannþú 9 mánuðum af blsvaranleika ognei oghann maga móður	
Peða miðlungs af er app mun lækna allir hannþú rminningar þrúgandi skildi síðan hannþú 9 mánuðum a þaðJá 7 áriþú af ogpabbi.	919
Peða miðlungs af er app Jáanarán hannþú batnaerdos neineikvæð cskildi Síðan hannþú 7 áriþú af Aldur a hannþú 18 áriþú.	59

FYRIR LA PARVÁ	**KÓÐIANNAÐUR**
Asál (cosamskipti, þeim mun segja það það rhljómar conei Jáeða vrétt innri)	4.500.000
Til að létta hanna meðexion conei þitt Tilma Tvíburi.	571
Styrkja the ást innþrír hannás pör	541
Pnúna Aðlaða til Tilma Tengt.	715400

TILFINNINGAR, SSKILNINGAR	KÓÐI
Arútur kynferðislegt inn þess upplýsingargamall (lækna WHOþað er hanna þjáðisteron)	378
Accitennur (vera librados)	748
ennlíkar við hvort sem er röskun af Panico (kreppa)	1113
ennorexía	27600
AnsiAldur	363
ótil sniðganga	593
óalldomain	784
óað virða	877
Elskan (hvaðog neihvort sem er ha neisýra)	912
Búlimía	615
Þunglyndi	9
Aðskilnaður	986

OGHREIFINGAR, ÉG VEITNEMST	KÓÐI
Þróa Tilfinningar Pjákvæð15	578
Þróa hanna Aæðruleysi	464
Skynsemi (þróast hanna hgetu)	555
Bragðarefur (librasi)	3351
Reiði (hannás fólk eðadýrlingur the reiði hættate a öðrum comán eðanei miðlungs af Meðhöndlun, innfeimni, hvort sem er ögrun. hacer clíka hunsuð af þeim orku forðast hvaðog NeiJá áhrif)	11139
öfund (fyrir vernda þig)	615
Streita	52579
Trú	32
fælni	66 Y 32
Fáðu ókeypis af hanna ávöxtumstraum	6279
losna af hanna Að kenna	339

losna af hanna skynjun af vera upptekinn hvort sem er í flýti	52579
Ótti	680
Pvísindi	629
Paz Alrí kring	959
Paz Íinnri	1
Pþví miður	888
R.abia	201
Þúmælikvarði	447
þrírSteza	770

- KÓÐI ER MIKILVÆGUR. Hvers vegna er erfitt að sýna drauma okkar? Vegna þess að tilfinningaþátturinn er ekki nógu sterkur til að veruleika löngunina. Með þessum kóða munum við styrkja "jákvæðar tilfinningar", sem gerir draumum kleift að rætast.

RÁSAR

Kóðana verður að endurtaka 45 sinnum í hvert sinn eins og hjartað segir þeim og þeim líður vel. Ef þú venst titringi þessara talna muntu stilla á æðri víddir og þróa sálræna hæfileika eins og fjarkennslu, skyggni, heyrn og innsæi. Af og til finnurðu endurtekna kóða, þetta er ekki villa; það sem gerist er að það eru kóðar með nokkrum aðgerðum.

Rásir: Skilaboð frá Angel Abundio

Nú meira en nokkru sinni fyrr er nauðsynlegt að þeir velji orð með mikla jákvæða tilfinningahleðslu.

Það eru einmitt þessir, sem koma fram, vegna þess að í þeim er fjársjóður tilfinninga. Veldu segulmagnaðir orð sem láta þig titra. Undirmeðvitundin getur verið vel hrifin af orðum sem þú rannsakar vandlega. Til að byrja með legg ég til að endurtaka orðið GULL. Gull er alhliða tákn lækninga. Gullni liturinn hefur mikinn titring. Þeir geta líka endurtekið orðið OPULENCE sem inniheldur öflugan titring. Þetta eru bara tillögur, hvert og eitt ykkar er annar og einstakur alheimur. Skoðaðu því hvaða hugtök eru sem æsa þig. Hvaða rödd fær hjarta þitt til að hoppa af hamingju? kjósa það.

Gnægð er ekki bara peningar, það er hugarástand sem nær yfir marga þætti. Það eru tilfinningarnar sem þú hefur til Guðs og lífsins sem skiptir raunverulega máli. Þetta snýst um að finna auðinn inni, kæru manns. Þegar þeir finna það mun ytri auðurinn streyma. Ef þú heldur að Guð og lífið séu ósanngjarnt muntu laða að þér það. Margir tala um lögmálið um aðdráttarafl en koma því ekki í framkvæmd. Ég spyr þá: Hversu mikið elska þau hvort annað? Að elska sjálfan sig er að virði sjálfan þig. Það þýðir ekkert að eiga peninga ef þeim líður ekki vel með þig.

Og talandi um peninga, þú þarft að breyta tilfinningum þínum gagnvart þeim. Ef í trúkerfum þínum eru peningar "skítugir og slæmir" hvað heldurðu að þú muni laða að?

Annar þáttur sem ég vildi undirstrika er þakklæti. Ímyndaðu þér að þú gefur einhverjum gjöf og hann kunni ekki að meta það. Hverjar eru tilfinningar þínar til þessarar vanþakklátu manneskju? Eitthvað svipað gerist með lífið. Ef þú kannt ekki að meta það sem þú hefur, heldurðu að lífið muni flýta sér að fjölga eignum þínum?

Mörg ykkar hafa lofað fátækt á öðrum tímum og verið forrituð til að mistakast. Ef lítill drengur fullur af lífi og eldmóði er sagt að hann sé "fátækur syndari sem eigi ekkert skilið" og að hann sé "ómerkileg vera", hvað heldurðu að þessi fallegi drengur verði á fullorðinsárum?

Ég vil hjálpa þeim að uppgötva falda fjársjóði þeirra, ég vil hjálpa þeim þannig að

Velmegun og gleði streymir inn í líf þitt. Þegar þú finnur fyrir þessari kvalafullu angist sem stafar af því að þú átt ekki nóg af peningum, hringdu í mig með heilaga númerakóðann 71269 og ég mun leiðrétta titringinn þinn, hækka þá, þannig að þú hafir stöðugt efnahagsflæði.

Elsku elskurnar, það sem ég segi ykkur eru ekki tóm orð, það er mín einlægasta ósk. Þegar náttúran framleiðir eitthvað, sjáðu hvernig það er: Mandarínu eða appelsínutré er ekki gráðugt, þau bera hundruð ávaxta. Gnægðin er líka eins og uppspretta, hún gefur án mælikvarða eða takmarkana.

Að lokum mun ég opinbera þér leyndarmál: Því minna sem þú metur sjálfan þig, því lengra mun farsæld lífs þíns fjarlægast. Þú komst inn í þetta líf til að finna ást í þínum dýrmætu hjörtum.

Að lokum skaltu endurtaka töfraorðið þitt og heilaga kóðann minn 45 sinnum í hvert skipti.

Ég er Abundio, engillinn sem vill sjá um þig núna og í framtíðinni."

Skilaboð frá móður Maríu í ákalli hennar um Frúin af kraftaverkaverðlaununum

MJÖG KÆRU BÖRN: ÉG er mjög ánægður með vinnuna sem þið eruð að vinna með The Numerical Sacred Codes. Orkan sem þú ert að virkja eru falleg og kraftmikil. Í dag vil ég afhjúpa leyndarmál sem mun veita þér mikla ánægju á persónulegum vettvangi. Mín heitasta ósk er að þeir taki það í notkun frá og með deginum í dag. Það er ástand sem kallast "Dreymi", þar sem undirmeðvitund þín er mjög móttækileg og boðleg. Ég vil að börnin mín nýti sér þetta ástand, til að kynna kóðann minn í undirmeðvitund þeirra. Ég er að vísa til kóða 27, sem er sá sem samsvarar þessum þætti mínum eða vígslu.

Núna er ástand „reverie" ákjósanlegt á tveimur augnablikum: á morgnana, þegar þeir eru enn í rúminu og verða varir við að vakna, eru þeir hvorki sofandi né vakandi; þetta er þar sem þú verður að endurtaka kóðann minn andlega eða sem hvísla. Þegar ég fer aftur að hugmyndinni, þá kemur augnablik á morgnana þegar þau eru hvorki sofandi né vakandi, þau eru að fara að vakna og opna augun. Það er þar sem þeir verða að endurtaka siðareglurnar. Að dreyma ef þú vilt er svefnlyf þar sem undirmeðvitund þín hlýðir þér og er mjög móttækileg.

Hafðu hálsmenið við höndina til að gefa perlurnar og segðu kóðann 45 sinnum eins og þú

Ég er að útskýra. Hann sagði að draumur væri ákjósanlegur á tveimur augnablikum: á morgnana (þetta er það sem ég hef nýlega útskýrt fyrir þér) og á nóttunni. Það er stund þegar þeir búa sig undir hvíld, þegar þeir eru að fara að sofna; þeir eru ekki enn sofnaðir, né eru þeir vakandi. Í því milliástandi verður þú að segja kóðann minn sem hvísl eða andlega. Hvað er dásamlegt við þetta Ástin mín? að alla nóttina muni siðareglur virka fyrir þig. Þegar hann sofnar er síðasta hugsun hans hinn heilagi siði. Þetta er frábært vegna þess að þeir geta breyst hratt og sýnilega. Með tímanum munu þeir rísa upp ferskir og glaðir, fullir af lífsþrótti. Þeir munu sofa auðveldara og sjá áberandi breytingar í lífi sínu. Ég held að ég hafi verið skýr í skýringunni.

Að lokum ætla ég að gefa þér aðra helga kóða svo þú getir skrifað þá niður og deilt þeim.

SKILABOÐ FRÁ MÖMU MARY
(Í ákalli hans um frú okkar af La Merced).

Elskulegu sálir mínar:

" Þeir sem hafa fylgst náið með skilaboðunum sem við höfum sent frá okkur í gegnum Agesta hafa í huga að uppstiginn meistari Merlín var sá sem innleiddi þau á tungumál siðareglunnar.

Manstu? Með kóða 147-62 opnaðir þú Oasibeth Portal.

Jæja, nú er ég sá sem vil halda áfram með þetta heilaga tungumál. Ég hef útbúið fyrir þig í dag nokkra sérstaka kóða sem ná yfir heil tímabil sögu þinnar.

Hvern kóða verður að endurtaka 45 sinnum og hann verður eins og uppkast sem ég mun sækja um

Lækna þá. Í undirmeðvitund hennar leynast sársaukafullir atburðir sem hafa breytt tilveru hennar með biturleika, skömm, sjálfsálitsvandamálum og mörgum fleiri minningum.

Ég vil lækna hjörtu ykkar á sem skemmstum tíma, þess vegna er ástæðan fyrir tölunni 45, sem er hröðun birtingarmyndarinnar.

Að auki, kæru vinir, gleður þessi ákall mitt sem þið sjáið hér að ofan innan sviga, mér mjög vegna þess að hún er búin til til að bjarga sálum sem eru í haldi. Næst kynni ég viðkomandi kóða með tímabilinu sem þeir ná yfir.

SKILABOÐ FRÁ MÖMU MARY (Í ákalli hennar um Frú okkar kraftaverkamedalíunnar.)

"Elsku börn: Ég vil gera tvær opinberanir sem munu vera þér til mikillar léttir og áhrifaríkar. Í fyrsta lagi mun ég kynna fyrir þér hina helgu kóða upprunaplánetanna þinna. Ég mun hefja þessa afhendingu með: AGEON, SIRIUS , PLEIADES, ANDROMEDA OG ORION Með þessum kóðum mun speki sem er ekki frá jörðinni berast þér, svo að þú getir beitt henni á þínum degi til dags. Þeir sem vita ekki enn hvaða plánetu þeir tilheyra til, komdu með beiðnina til mín, og ég mun upplýsa þig. Næstum allar óholdgaðar tvíburasálir eru á uppruna plánetunni sem þú tilheyrir.

Af þeim sem lesa þetta skeyti er hann frá Siriusi, sálufélagi hans verður þar. Með viðkomandi kóða muntu auðveldlega eiga samskipti við Galactic fjölskyldurnar þínar, sérstaklega við tvíburasálina þína. Íbúar upprunapláneta þinna þekkja þig mjög vel og munu bjóða þér ómetanlega hjálp; Ekki fyrirlíta það, börn. Með því að endurtaka kóða pláneta þinna daglega muntu byrja að fá upplýsingar í gegnum HUGSANIR, TILFINNINGAR, IMPULS, INNSÍSINGAR, SAMBANDI, MERKI, MYNDBAND, BÆKUR, Glósur og mörg önnur ljós sem koma frá ljósverum og kraftdýrum (fyrir sem vinna með þeim síðarnefnda). Ég er mjög spennt vegna þess að ég veit að með þessari gjöf muntu fá mikla uppörvun í uppstigningarferli þínu.

Uppruna plánetan er House of You, og margir þeirra sem munu lesa þennan boðskap tilheyra ekki þessum veruleika. Sumir lifa sínu síðasta lífi hér á jörðu. Svo, elskurnar mínar, ég býð ykkur að nýta hverja mínútu, þessir kóðar munu gera FYRIR ÞIG, ÞAÐ SEM ÞÚ GÆTIR EKKI GERT Í ÁRA BARTRÆTTU OG ÁRAUTAR, og munu umbreyta þér á stuttum tíma; Treystu mér, því það er satt. Áður en ég geri seinni opinberunina, læt ég þig hafa kóðana á fyrrnefndum plánetum:

Að lokum mun ég gefa þér heilagan kóða fyrir þær af ástsælustu verum þínum sem hafa ekki vaknað, af hvaða ástæðu sem er. Ég veit að mörg ykkar þjáist af þessu og langar að hygla þessum sálum. Fyrir hugarró þína, eins og ég sagði, þá er kóði til að veita ástvinum þínum ljós og léttir.

Það er númer 025.

Endurtaktu það samkvæmt leiðbeiningunum sem ég gaf þér á liðnum dögum, og þetta elskaða fólk mun verða huggað og upplýst. Ég er Frúin af kraftaverkamerkinu, sú sem gerir kraftaverk í lífi þínu."

*********************** Annað skeyti

"Kæru börn: Á liðnum dögum gaf ég ykkur fyrstu afborgunina af heilögum kóða til að eiga samskipti við uppruna pláneturnar ykkar. Eins og ég lofaði, held ég áfram með seinni hlutann í dag. Ef þú veist ekki hvaða plánetu þú tilheyrir, gerðu þá biðja mig um og ég skal láta þig vita.

Eins og ég sagði þér í fyrstu skilaboðunum, með þessum kóða tileinkar þú þér orku heimila þinna og hefur samband við íbúa þess, sérstaklega við óholdgaðar tvíburasálir þínar. Kóðarnir munu einnig gera þér kleift að fanga fallegu pláneturnar þínar í sjón, vita smáatriði sem munu fylla þig tilfinningum. Upplifun þín verður ógleymanleg þegar ég birti þér opinberunina, þú munt finna fyrir miklum styrk og von.

Þú veist nú þegar að reglurnar eru endurteknar 45 sinnum munnlega eða andlega.

Ég er Frúin af kraftaverkamerkinu, verndarskjöldur þinn, sá sem lýsir líf þitt með fallegum gjöfum."

SKILABOÐ FRÁ ERKIENGILLI URIEL

"Góðan dag: Með þessum skilaboðum vil ég koma á framfæri þakklæti mínu til allra sálna góðrar trúar, sem daglega láta ljós sitt skína um alla jörðina. Í gær sendi erkiengilinn María nokkra helga siðareglur, sem miða að því að lækna sársaukafullar minningar í ýmsum stigum lífsins. Ég vil á einhvern hátt leggja mitt af mörkum til göfugrar og örlátrar skuldbindingar Móður Maríu og gera þeim meðvitaða um fleiri siðareglur sem beinast að mjög ákveðnum aðstæðum. Siðareglurnar eru gjafir guðlegrar miskunnar, sem auðvelda þeim að komast leiðar sinnar. þú hefur valið. Ósk mín og von mín er að þessir kóðar séu þessar lausnir sem þú ert svo mikið að leita að.

Kæru sálir: Ef þið haldið bjartsýn fram á þessar slóðir munuð þið sjá kvíða ykkar og þráhyggju hverfa og ró verður ykkar trúfasti félagi, sem ég þrái af öllu hjarta.

Ég er Uriel, erkiengillinn sem er mest tengdur plánetunni Jörð, sá sem eykur sjálfstraust þitt og lífsgleðina."

Skilaboð FRÁ JÓHANNES ÁSTÆÐA

Kóði 333

„Góðan daginn: Ég er brú sem auðveldar samskipti við ósýnilega heima.

Ég hef lykilinn til að komast inn í hjarta móður Maríu. Hver sem vill upplifa í þessu lífi kraftinn og sætleika þessarar miklu ljósveru, ég bið bara að hlusta á mig og ég mun vísa þeim veginn. Móðirin býr yfir heilögum kóða sem færir niður á jörðina allan kraft uppstigningu meistaranna. Umræddur kóði er 333. Heppinn er sá sem man eftir að segja þennan kóða frá degi til dags. ALHEIMINN STJÓRist af fullkominni stærðfræði, þess vegna er mælt með því í þessum skilaboðum að þú notir ýmsar gerðir af tölum, sem hafa það að markmiði að gera ÞIG ÞAÐ Auðvelt, svo að þú getir stigið upp án of mikilla áfalla. Hver sem vill komast inn í hjarta Móður Maríu mun hafa framtíð sína tryggð og fá ávinning sem heimur þriðju víddarinnar getur ekki boðið upp á.

Ég er Juan, röddin sem talar til þín frá konungsríkinu Shambhala, guðdómlega miskunn í verki HÉR OG NÚ."

SKILABOÐ FRÁ MICHAEL erkiengill,

Kóði 180

Ástkæru bræður: Samkvæmt lögmálum lífrytmans hefur þú lært að þekkja orkuna sem þú hefur á hverjum degi vikunnar. Þú veist nú þegar hvaða daga orkan þín er upp og hvaða daga hún er niðri. Við þessar aðstæður bregðast við í samræmi við það. Ég ætla að gefa þér dæmi. Ef einhverjum ykkar finnst titringur vera lítill á þriðjudegi, ekki sinna mikilvægum verkefnum þann dag, ekki gera mikilvæg kaup eða gangast undir læknishjálp. Að bregðast við mikilvægum málum þegar tímasetning þeirra er ekki ákjósanleg er óviðeigandi. Sömuleiðis, ef einhver ykkar skynjar að á miðvikudaginn er þróttur og orkustig ykkar hátt, gerðu það sem er í forgangi, horfist í augu við það sem þú óttast og framkvæmið mikilvægu verkefnið. Þetta er að vinna með gáfur mínar ástkæru sálir. Annars staðar frá, Þeir hafa tekið eftir því að við erum að opinbera þeim tölukóðann sem skjót hjálpræðistöflur. Í raun bæta þessir kóðar upp þann tíma sem þeir hafa tapað, oft af ástæðum sem þeir hafa ekki stjórn á. Aftur á móti gefa kóðar þeim einbeitingu, andlegan aga og heilastyrkingu. Vinndu að þessu af ákafa og þú munt sjá ótrúlegar breytingar í lífi þínu. Að lokum vil ég segja þér að ein af aðferðum myrkranna er að framleiða í þér lokun á berkjum. Þetta veldur venjulega öndunarerfiðleikum. Þess vegna er gjöf mín til þín í dag einmitt heilagur kóða fyrir berkjuna. Það er númer 180. Kóðana sem við erum að afhjúpa í gegnum Agesta verður að endurtaka 45 sinnum í hvert skipti upphátt, eða andlega.

Ég er Miguel, sá sem hjálpar þér að takast á við áskoranir þínar og tryggir þér varanlega vernd."

Sæl öll: Nýttu þér titringinn í töluröðunum sem ljósverurnar eru að deila með okkur. Tölur eru aðalefni alheimsins og náttúran talar tungumál stærðfræðinnar. Þess vegna elska englarnir Numbers og reyna með þessum hætti að ná athygli okkar. Ég deili fleiri heilögum kóða.

1) HVER DAGUR VIKUNNAR hefur tölulegan helgan kóða, ef við notum hann munum við laða að okkur góðan titring þess dags, setja aðstæður okkur í hag og við munum forðast neikvæðan titring.

2) Kóðar fyrir sérstakar aðstæður:

Að lokum, njóttu þessara gjafa frá himnum og notaðu þær með trú og von. Það eru kóðar sem virka hraðar en aðrir, en þeir virka allir.

Ef þú finnur af einhverjum ástæðum að kóði er endurtekinn, þá er það ekki að um mistök sé að ræða, nei. Það eru kóðar sem hafa ýmis forrit, það er að segja, það eru kóðar sem eru notaðir í ýmsum tilvikum. Heppnir þeir sem finna fyrir þessu kalli ljóssins. Þetta er leið til frelsis, til híbýlis Guðs föður móður. Blessun til allra.

Almennur listi yfir alla kóða

1. Mannslíkami

Líkamshlutar

-Taka upp styrk (vöðvaþroski).... Heilagur kóði 58154

-Góð heilsa... Heilagur kóða 60
-Líkamlegur líkami...Heilagur kóði 512
-Eftirefni líkamans....Heilagur kóða 97
-Styrktu vöðvana....Heilagur kóða 2710
-Endurheimtu DNA....Heilagur kóða 81621
-Heilsa og lífskraftur líkamans.... Heilagur kóða 900
-Ano.... Heilagur kóða 927
-Arms.... Vinstri helgikóði: 11 / Hægri: 39
-Bronchi.... Heilagur kóða 329
-Mjaðmir.... Heilagur kóði 711
-Hjarta..... Heilagur kóða 123
-Vinstri olnbogi.... Heilagur kóði 7124
-Hægri olnbogi.....Heilagur kóði 7123
-Hryggjarsúla.....Heilagur kóði 304
-Háls.... Heilagur kóði 91
-Tennur.... Heilagur kóða 15000
-Gums.....Heilagur kóði 681
-Vindinda.... Heilagur kóði 52189
-Ganglia...Heilagur kóði 37600
-Hals.....Heilagur kóði 52088

-Thymus kirtill.... Heilagur kóði 59981
-Kerill.....Heilagur kóði 52011
-Heiladingli.....Heilagur kóði 11115
-Innri seytingarkirtlar... Heilagur kóði 534
-Lifur....Heilagur kóði 762
-Hægri öxl.... Heilagur kóði 2769
-Vinstri öxl.... Heilagur kóði 6420
-Tungumál.... Heilagur kóða 1111
-Brjóst (brjóst)... Heilagur kóði 857
-Vinstri hönd..... Heilagur kóði 555
-Hægri hönd.... Heilagur kóða 777
-Matrix....Heilagur kóði 2114
-Mæna...Heilagur kóði 79199
-Myelin....Heilagur kóði 20
-Karlkyns meðlimur (getnaðarlim)....Heilagur kóði 333
-Nef....Heilagur kóða 71
-Augu...Heilagur kóði 385
-Eyr....Hægri: 79 - Vinstri: 74
-Eggstokkar...Heilagur kóði 1579
-Bris....Heilagur kóði 159

-AUGNLOK,....HEILAGUR kóða 114
-Hægri fótur....Heilagur kóði 94
-Vinstri fótur....Heilagur kóði 93
-Fætur... Heilagur kóði 62070
-Blöðruhálskirtli....Heilagur kóði 37
-Hægra lunga....Heilagur kóða 81
-Vinstra lunga....Heilagur kóða 15
-Nýr....Heilagur kóða 37
-Vinstra nýra....Heilagur kóða 105
-Hægra nýra....Heilagur kóði 106

-Vinstra hné....Heilagur kóði 54
-Hægra hné....Heilagur kóði 63
-Blóðrásarkerfi...Heilagur kóði 163
-Meltingarkerfið....Heilagur kóði 1520
-Innkirtlakerfi...Heilagur kóði 112
-Ónæmiskerfi....Heilagur kóða 616 og 765
-Eitlakerfið...Heilagur kóði 2190
-Vöðvakerfi....Heilagur kóði 1515
-Taugakerfi....Heilagur kóði 820
-Beinkerfi....Heilagur kóði 88 og 513
-Æxlunarkerfi...Heilagur kóði 333
-Öndunarfæri...Heilagur kóði 513
-Þvagkerfi....Heilagur kóði 56
-Eistu....Vinstri helgikóði 404. Hægri 408
-skjaldkirtill...Heilagur kóði 67
-Ökkli.....Heilagur kóði 504
-Blaður...Heilagur kóði 2073
-Mjóhryggjarliðir...Heilagur kóði 62731
-Hálhryggjarliðir... Heilagur kóði 2799
-Vulva.... Heilagur kóða 555

2. Sjúkdómar

Augu og sjón

-Amblyopia... Sacred Code 3894
-Astigmatism...Heilagur kóða 028 og 14243
-Sjóntaugarrýrnun.... Heilagur kóði 1611
-Töskur undir augunum... Heilagur kóða 2190
-Fossar...Heilagur kóði 33129
-Tárubólga........Heilagur kóði 82115
-Coloboma í lithimnu... Heilagur kóði 3851
-Vætt macular hrörnun...Heilagur kóða 386
-Þurr augnbotnshrörnun... Númerakóði 385
-Sjónulos.... 620
-Augleki.... Númerakóði 420
-Sjónhimnusjúkdómur.... Númerakóði 7113
-Diplopia... Tölunúmer 61318.
-Sjónverkur .... Heilagur kóði 44415
-Coast Disease Sacred Code 52060
-Squint...Heilagur kóði 52190
-Exfoliates..... Sacred Code 386
-Ljósfælni... Heilagur kóða 1190
-Gláku...Heilagur kóða 991
-Næfaæðagláka... Heilagur kóði 80120
-Fjarsýni...Heilagur kóði 825
-Maculo Patía....Heilagur kóði 380
-Myopia.... Heilagur kóða 315
-Sjónfræði...Heilagur kóði 389

- Brennur í augum.... Heilagur kóða 25914
-Sjónukvilli af völdum sykursýki... Heilagur kóði 15700
-Retinitis Pigmentosa... Heilagur kóði 16500
-Terigion (hold á augum)...Heilagur kóði 82109
-Uveitis... Sacred Code 6050

SJÁLFSOFNÆMISSJÚKDÓMAR

- Langvinn veikindi....Heilagur kóða 763
-Astmi....Heilagur kóði 2539
-Gigt...Heilagur kóða 551
-Slitgigt...Heilagur kóði 621
-Sáraristilbólga.... Heilagur kóði 18
-Exem.... Heilagur kóða 294
-Sykursýki.... Heilagur kóði 22574
-Scleroderma...Heilagur kóði 27600
-Lateral sclerosis ..... Sacred Code 2114 eða 771
-Hryggikt... Heilagur kóði 1511
-Vefjagigt.... Heilagur kóði 871
-Lupus.... Heilagur kóða 599
-Myasthenia.... Sacred Code 1129
-Myasthenia Gravis .....Heilagur kóða 2113
-Sjálfsofnæmi blóðflagnafæð Purpura.... Heilagur kóði 615
-Sjögrens heilkenni... Heilagur kóði 52179
-Gigt....Heilagur kóða 2777
-Vitiligo.... Heilagur kóða 515

FÓLK Á ÞRIÐJA ALDRI

-Þvagsýra (neðri)......Heilagur kóði 2050
-Angist eða kvíðaröskun (Krísa).....Heilagur kóða 1113

-Kvíði.... Heilagur kóða 363
-Alzheimer (til að koma í veg fyrir sjúkdóminn) ... Heilagur kóði 5947
-Alzheimer (fólk sem þjáist af því) ... Heilagur kóði 42913
-Gigt..... Heilagur kóði 551
- Slitgigt.... Heilagur kóði 621
-Nýrasteinar.... Heilagur kóði 25809
-Fossar..... Heilagur kóði 33129
-Sciatica.... Heilagur kóði 52037
-Skurpulifur....Heilagur kóði 88818
-Stroke....Heilagur kóði 87813
-Sykursýki....Heilagur kóði 22574
-Strokes... Sacred Code 621
-Geðsjúkdómar....Heilagur kóða 8977
- Flogaveiki....Heilagur kóði 753
-Geðklofi....Heilagur kóða 2913
-Lungnatrefjun....Heilagur kóði 2511
-Slepptu....Heilagur kóði 120
-Skipaðir diskar....Heilagur kóði 52130
-Gyllinæð....Heilagur kóði 2579
-Lifrarbólga....Heilagur kóði 82976
-Sveppir....Heilagur kóði 2679
-Þvagsýkingar....Heilagur kóða 3334
-Hjartabilun....Heilagur kóði 670
-Hvítblæði....Heilagur kóði 583
-Blettir á húðinni....Heilagur kóði 879
-Minni (týnt)....Heilagur kóða 574
-Mígreni... Heilagur kóði 67918
-Taugar....Heilagur kóði 827
-Lungnabólga....Heilagur kóði 1775
-Hrörnunarslitgigt....Heilagur kóða 11834
-Osteopenia....Heilagur kóði 11125

-Parkinson....Heilagur kóði 57159
-Paraplegia....Heilagur kóða 881
-Fótur íþróttamanna....Heilagur kóði 67987
-Háþrýstingur....Heilagur kóði 54721
-Lágþrýstingur...Heilagur kóði 11561
-Blóðrásarvandamál....Heilagur kóði 52311
-Magabakflæði....Heilagur kóði 26700
-Endurnýta brjósk í liðum... Heilagur kóða 2929
-Sjónukvilli af völdum sykursýki....Heilagur kóði 15700
-Retinitis pigmentosa...Heilagur kóði 16500

-GEÐHVARFASÝKI....HEILAGUR kóða 721
-Berklar....Heilagur kóða 29701
-Heyrnarleysi....Heilagur kóða 721
-Vörtur....Heilagur kóði 31921
-Blár (vandamál)....Heilagur kóði 801000
-Uppköst....Heilagur kóði 112
-Bólgin líkamssvæði... Heilagur kóði 578

KRAKKAR
-Aukning á hæð barna... Heilagur kóði 52611
-Vöðvarýrnun í mænu tegund 2...Heilagur kóði 31560
-Einelti....Heilagur kóði 52031

-Örva sálræna hreyfigetu hjá börnum.... Sacred Code 2080

-Hljóðfræði hjá börnum (Problems of)... Heilagur kóða 1529
-Öskur og reiðiárásir hjá börnum... Heilagur kóði 1380
-Áhugi á námi...Sacred Code 220
-Börn með Licencephaly...Sacred Code 1689

-Börn á ungum aldri (sem ekki tala)... Heilagur kóða 1579
-Einhverfa...Heilagur kóði 6927
-Athyglisbrestur barna... Heilagur kóði 52557
-Heilalömun ungbarna...Heilagur kóði 71228

KYNHNEIGÐ, MEÐGANGA og aðstæður hennar

Kynhneigð

-Aukin kynhvöt... Heilagur kóði 11834
-Hætta við kynferðislegt karma.....Heilagur kóða 2516
-Rjúfa kynferðisleg tengsl við fyrrverandi maka.... Heilagur kóða 5772

-Lækna neikvæðar hugsanir um kynhneigð...Heilagur kóða 3337. Í árþúsundir hefur þér verið kennt að kynlíf sé "skítugt og slæmt" og þetta, ég endurtek, hefur skapað óhamingjusamt líf og óþægindi hjá þér á undirmeðvitundarstigi.

-Kynlífi (þessa kóða er hægt að nota sem almenn lyf)....Heilagur kóða 111, 222, 434 og 739

Kona

-Þrengsli í leggöngum.... Heilagur kóði 332
-Frávik í legi... Heilagur kóði 811
-Dysmenorrhea.... Sacred Code 191
-Dyspareunia (sársaukafull samfarir)...Heilagur kóði 808

-Aðal vanstarfsemi...Heilagur kóða 5714. Nær yfir konuna sem hefur aldrei fengið fullnægingu.

-Afleidd vanstarfsemi (tap á fullnægingargetu)... Heilagur kóða 579

-Tíðaverkir....Heilagur kóði 82550
-Sársauki og bólga í blöðruveggjum....Kóði 28700
-Kynsjúkdómur....Heilagur kóða 8916
-Fibroid....Heilagur kóði 62711
-Hypogonadism... Heilagur kóða 25799 og 12611
-Tíðahvörf...Heilagur kóða 525
- Fibroids í legi... Heilagur kóði 03518
-Stíflu á eggjaleiðurum... Heilagur kóði 2115
-Eggstokkar (verkur)....Heilagur kóði 729
- Fjölfar (legi)....Heilagur kóði 58519
-Fjölblöðrusjúkdómur í eggjastokkum... Heilagur kóði 1614
-Blöðrur á eggjastokkum....Heilagur kóði 29800
-Stjórnun á estrógenmagni...Sacred Code 352

-Stjórnun á prógesterónmagni... Heilagur kóða 351

- Fjölblöðrueggjastokkaheilkenni.... Heilagur kóða 2915
-Vaginism....Heilagur kóði 679

Menn

-Cryptorchidism (óniðið eista). ..Heilagur kóða 2979

-Aðal vanstarfsemi (fólk sem hefur aldrei fengið stinningu)....Sacred Code 3724

-Afleidd vanstarfsemi (tap á stinningargetu).....Heilagur kóði 8879

-Orgasmic truflun (erfiðleikar með sáðlát)... Heilagur kóða 1524

-Kynsjúkdómur.... Heilagur kóði 8916
-Ótímabært sáðlát.... Heilagur kóði 673
-Sexual performance (Fear of)... Sacred Code 680
-Hydrocele ..... Heilagur kóði 474
-Stjórnun á testósterónmagni... Sacred Code 350

Meðganga

-Aukið magn mjólkur hjá konum sem eru með barn á brjósti... Sacred Code 25700

-BABY SEM HEFUR EKKI fæðst....Heilagur kóða 912
-Meðganga (Að ná eða verða þunguð)....Heilagur kóða 660

-Meðganga (Leystu vandamál sem upp koma)....Heilagur kóði 52569

-Ófrjósemi....Heilagur kóði 660

-Konur sem eru að fæða barn sem þjást af kvíða, ótta eða sársauka...Heilagur kóða 617

-Bæta við keisaraskurð....Heilagur kóði 579

FÍKN OG HUGARÁSTAND

-Matarfíkn..... Heilagur kóði 72469
-Fíkn við stjórn....Sacred Code 271
-Alkóhólismi....Heilagur kóði 71566
-Angist eða kvíðaröskun (Krísa)....Heilagur kóða 1113
-Kvíði.... Heilagur kóða 363
-Litarleysi.... Heilagur kóði 27600
-Mikil matarlyst....Heilagur kóða 551
-Sjálfvirkt sniðganga... Heilagur kóði 593
-Sjálfsvirðing....Heilagur kóða 877
-Bulimia.....Heilagur kóða 615
-Codependency... Heilagur kóða 554
-Borða neglur.....Heilagur kóði 67120
-Taugaáfall.... Heilagur kóði 994
-Geðræn niðurbrot..... Heilagur kóði 2090
-Sektarkennd (losaðu þig).....Heilagur kóða 339
-Hættu að reykja.....Heilagur kóði 811
-Þunglyndi....Heilagur kóða 9
-Fíkniefnafíkn.... Heilagur kóði 122714

-Fjarlægðu áhrif nikótíns á líkamann... Heilagur kóði 1613

-Jafnvægi..... Heilagur kóði 897
-Geðsjúkdómar.... Heilagur kóði 8977
-Stress..... Heilagur kóði 52579
-Geðklofi..... Heilagur kóði 2913
-Skortur á matarlyst...Heilagur kóði 316
-Fælni.....Heilagur kóða 66 eða 32
-Reykingar (að hætta að reykja)....Heilagur kóði 25543

-Óöryggi.... Heilagur kóði 420
-Svefnleysi.... Heilagur kóða 531
- Fjárhættuspil.... Heilagur kóði 272
-Jjúgurbólga.... Heilagur kóði 101
-Manías.... Helgikóði 1119
-Ótti.... Heilagur kóði 680
-Hræðsla við dauðann (til að losna við)... Sacred Code 928
-Óræð ótti.... Heilagur kóða 681
-Misogyny.... Kóði 891
-Mythomania... Sacred Code 1190
-Abandonment Neurosis... Sacred Code 427
-Ofsóknarbrjálæði.....Heilagur kóða 1559

-Til að lækna þá sem urðu fyrir kynferðislegu ofbeldi í æsku... Heilagur kóða 378

-Fyrir fólk sem hefur miklar áhyggjur...Heilagi kóði 215633. Þetta númer hefur verið opinberað mér af hinum fallega uppstigna meistara Kwan Yin. Það er notað fyrir þá sem eru háðir því að hafa of miklar áhyggjur af öllu, sem dregur verulega úr lífsgæðum þess.

-DÚKKA FÓLK...HEILAGUR kóði 26300
-Fullkomnunarsinnað fólk... Heilagur kóði 2710
-Martraðir.... Heilagur kóði 57721
-Frágangur...Heilagur kóði 7039
-Rage.... Heilagur kóða 201
-Geðþroska... Heilagur kóða 524
-Foreldrafirringarheilkenni...Heilagur kóði 62637
-Örvæntingarfullar aðstæður... Sacred Code 19
-Undirvitund (róaðu þig niður)... Heilagur kóði 1021

-Reykingar....Heilagur kóði 25543
-Geðhvarfasýki..... Heilagur kóða 721

-Líkamsvandunarröskun (Dysmorphophobia).....Heilagur kóði 818

-Víðtæk þroskaröskun....Heilagur kóði 81121
-Borderline persónuleikaröskun...Heilagur kóði 1630
-Hræðsluröskun.... Heilagur kóða 1113
-Geðröskun... Heilagur kóða 488
-Taugaveiki.... Heilagur kóði 829
-Feimni.... Heilagur kóða 447
-Sorg.... Heilagur kóða 770
-Skömm (meðvitundarlaus)... Heilagur kóði 72015

BÆTA PERSÓNULEGT ÚTLIT

-Bólur... Heilagur kóði 879
- Hárlos (sköllóttur)... Heilagur kóði 2574
-Töskur undir augunum... Heilagur kóða 2190
- Flasa.... Heilagur kóði 77216
-Cellulite... Heilagur kóða 2911
-Ör... Heilagur kóði 900900
-Hvörður... Heilagur kóði 2080
-Atopic dermatitis... Sacred Code 123
-Tennur hjá fullorðnum (Nýfæðing)...
Heilagur kóði 53123
- Of mikið af Bello (hár). Heilagur kóði 1594
-Sveppir... Heilagur kóði 2679
-Bunions... Sacred Code 3524
-Blettir á húðinni... Heilagur kóði 879
-Fæðing nýtt hár... Heilagur kóði 394

-Offita... Heilagur kóði 989
-Húð (Styrktu húð líkamans)... Heilagur kóða 459
-Húð (fyrir aflitun)... Heilagur kóði 515
-Fótur íþróttamanns... Heilagur kóði 67987
-Húðvandamál..... Heilagur kóði 879
-Þyngd (lægri frá).... Heilagur kóði 32194
-Þyngd (Ekki klifra)... Heilagur kóði 79418
-Líkamsstaða (Rétt)..... Heilagur kóði 679
-Brun... Heilagur kóði 25914
-Seborrhea...Heilagur kóða 511
-Jálagasár.... Heilagur kóði 1917
-Innvaxnar táneglur... Heilagur kóði 836
- Æðahnútar... Heilagur kóði 71598
-Vörtur... Heilagur kóði 31921
-Vitiligo... Heilagur kóða 515
-Bólgin líkamssvæði... Heilagur kóði 578

AÐRAR HEILSUFARSLEGAR aðstæður

-Achalasia....Heilagur kóða 2812
-Þvagsýra (neðri).....Heilagur kóði 2050
-ACV (heilaæðaslys)..... Heilagur kóði 1413
-Virkja telómerasa... Heilagur kóði 80119
-Virkja vaxtarhormón... Heilagur kóði 52611
-Adenoids... Heilagur kóði 11260
- Hæsi (Vertu)... Heilagur kóði 1570
-Agenesis of the Corpus Callosum... Sacred Code 1179
-Ofnæmi.... Heilagur kóða 572 og 1815
- Ofnæmi fyrir ryki.... Heilagur kóða 68
- Ofnæmi fyrir reyki.....Heilagur kóða 37
- Hárlos (sköllóttur)...Heilagur kóði 2574
-Vennleysi....Heilagur kóði 754

-Amoebae....Heilagur kóða 25
- Tonsillitis....Heilagur kóði 696
-Amyloidosis... Sacred Code 790
-Blóðleysi.....Heilagur kóða 1111171 og 71521
-Einhverfa....Heilagur kóði 6927
-Blóðþurrkur.... Heilagur kóði 2978
-Viðauki (vandamál)... Heilagur kóða 511
-Mikil matarlyst... Heilagur kóði 551
-Hjartatruflanir.... Heilagur kóði 2613
-Hrukkur... Heilagur kóði 11112
-Rýrnun í heila.... Heilagur kóði 096
-Barkarrýrnun að framan.... Heilagur kóði 72164
-Vöðvarýrnun í mænu tegund 2... Heilagur kóði 31560
-Bakteríur almennt... Sacred Code 1310
-Clostridium bakteríur...... Heilagur kóði 2615
-Bakteríur proteus mirabilis...Heilagur kóði 1315
-Bilirubin (normalization)......Heilagur kóði 721
-Medulla oblongata (æxli).... Heilagur kóði 900
-Bruxism.... Heilagur kóða 568
-Margliða struma... Heilagur kóði 8116
- Bursitis... Heilagur kóði 25420
-Höfuð (verkur)...Heilagur kóði 428
-Cadasil... Heilagur kóði 22178
-Krampar..... Heilagur kóði 2733
-Útreikningar til Colédoco....Heilagur kóða 890
-Nýrasteinar.... Heilagur kóði 25809
-Krabbamein.....Kóði 1577
-Heilakrabbamein....Heilagur kóði 499
-Kólumbuskrabbamein....Heilagur kóða 29700
-Magakrabbamein....Heilagur kóði 2111
- Krabbamein í vélinda... Heilagur kóði 620

-KRABBAMEIN Í KOKI.... Kóði 1515

-Krabbamein í beinum....Heilagur kóði 27900
-Krabbamein í eitlaæxlum..... Heilagur kóði 25
-Nefkrabbamein......Heilagur kóða 211
-Brjóstakrabbamein...Heilagur kóði 53719
-Krabbamein í brisi ..... Heilagur kóða 1328
-skjaldkirtilskrabbamein.....Heilagur kóði 1180
-Krabbamein í þvagblöðru.... Heilagur kóði 1577
-Eistukrabbamein...Heilagur kóði 2194
-Candidiasis.... Heilagur kóði 894
-Útvíkkaður blóðþurrðarsjúkdómur...Heilagur kóði 1619
- Flasa....Heilagur kóði 77216
-Kaldur og hósti....Heilagur kóði 611
-Cavernomas....Sacred Code 2194
-Keisaraskurður (til að jafna sig)....Heilagur kóða 579
-Blöðrubólga....Heilagur kóði 221
-Blöðrubólga....Heilagur kóði 044
-Sciatica....Heilagur kóði 52037
-Skurpulifur....Heilagur kóði 88818
-Kólesteról....Heilagur kóði 900 og 72911
- Ristilbólga....Heilagur kóði 81420
-Sáraristilbólga....Heilagur kóði 81421
-Sáraristilbólga.... Heilagur kóði 18
-Coloboma í lithimnu... Heilagur kóði 3851
-Irritable colon..... Sacred Code 429
-Tíðaverkir....Heilagur kóði 82552
-Induced dá.... Heilagur kóði 811
-Samningar..... Heilagur kóði 304
-Chordoma í heilastofni...Heilagur kóði 7021
-Chikungunya (til að berjast gegn).....Heilagur kóði 515720

-Craniopharyngioma.....Heilagur kóða 1199
-Craniosynostosis.... Heilagur kóði 144521
-Hvörður... Heilagur kóði 2080
-Kveikja fingur....Heilagur kóði 2115
-Dengue... helgikóði 1118
-Dengue blæðandi hiti... Heilagur kóði 2080
-Atopic dermatitis... Sacred Code 123
-Húðbólga... Heilagur kóði 6153

-Hvíld... Heilagur kóði 61271. Þessi kóði kemur líkamanum til góða.

-Vöðvatár.... Heilagur kóði 1121
-Niðurgangur.... Heilagur kóða 557
- Lesblinda...Heilagur kóði 11131
-Truflanir í heila ..... Heilagur kóða 1543
-Duchenne dystrophy... Sacred Code 57389
-Fuchs' dystrophy... Sacred Code 31613

-HELLER'S DYSTROPHY.... Heilagur kóði 715
-kviðþensla.... Heilagur kóði 421
-Diverticulitis.... Heilagur kóði 2828
-Dishidrosis (svitablöðrur).... Heilagur kóði 89976
-kviðþensla.... Heilagur kóði 421
-Dolores (hver náttúra sem er).... Heilagur kóði 911
-Höfuðverkur... Heilagur kóði 199
-Taugaverkir... Heilagur kóði 2023
-Ebóla (vírus).....Heilagur kóða 556
-Réttaðu tennurnar....Heilagur kóði 615

- Útrýma þreytu (þreytu, sliti, þreytu)... Heilagur kóða 928

-Smitandi sjúkdómar (slepptu lausu)... Heilagur kóði 25300
-Cohens sjúkdómur.....Heilagur kóða 1615
-Cuci sjúkdómur.....Heilagur kóða 573
-Gaucher sjúkdómur.... Heilagur kóða 1500
-Hashimoto-sjúkdómur... Heilagur kóði 2980
-Peyronie-sjúkdómur...Heilagur kóða 133
-Sjúkdómar í hjartalokum.... Heilagur kóða 2060
-Geðsjúkdómar.... Heilagur kóði 8977
-Rendu Osler sjúkdómur... Heilagur kóði 27500
-Schambergs sjúkdómur... Heilagur kóða 2715
-Waldenstroms sjúkdómur... Heilagur kóði 6093
-Bólga í epididymis..... Sacred Code 33
-Lungnaþemba.... Heilagur kóði 75824
-Strokes... Sacred Code 621
-Tannlækningar...Heilagur kóði 445
- Flogaveiki.... Heilagur kóði 753
-Faraldur.....Heilagur kóði 66528
-Skarlatssótt....Heilagur kóði 1180
-Lateral sclerosis.... Sacred Code 2114
-Tuberous sclerosis... Sacred Code 1615
-Scoliosis....Heilagur kóði 6579
-Mittastækkun.... Heilagur kóði 62316
-Spondylolisthesis bekk 2... Sacred Code 616
-Hægðatregða.... Heilagur kóði 1501
-Tognanir.... Heilagur kóði 123
-Heilsuspurning..... Heilagur kóði 44956
-Magi (óþægindi)....Heilagur kóði 62139
-Falcemia...Heilagur kóði 3110
-Skortur á matarlyst....Heilagur kóði 316
-Plantar fasciitis...Sacred Code 3336
-Lungnatrefjun..... Heilagur kóði 62511
-Brjósttrefjun...Heilagur kóði 1570

-Tyfusótt.... Heilagur kóði 622
-Höfuðkúpubrot ..... Heilagur kóði 8006

-BROT (SEM EKKI LOGAST).... Heilagur kóða 137
-Ákafur kuldi (venjulega hitastig).....Heilagur kóði 211
-Fóliculitis.... Heilagur kóða 69
-Styrkja veika vefi... Heilagur kóði 62070
-Sýður....Heilagur kóði 82913
-Gangrene.... Heilagur kóði 62014
-Gastritis...Heilagur kóði 44351
-Garmabólga.... Heilagur kóði 0839
-Gastroenterocolitis....Heilagur kóði 6128
-Flensu....Heilagur kóði 630
-Gas....Heilagur kóði 511
-Blows...Sacred Code 621
-Slepptu....Heilagur kóði 120
-Halitosis....Heilagur kóði 27600
-Heimochromatosis...Heilagur kóði 601
-Dreyrasýki....Heilagur kóða 31200
-Gyllinæð....Heilagur kóði 2579
-Lifrar- og vöðvastælkun... Heilagur kóði 2190
-Sár...Heilagur kóði 518
-Meðfædd þindarkviðslit....92
-Herniated Disks....Heilagur kóði 52130
-Herniated Disc....Sacred Code 711
-Inguinal hernia...Heilagur kóði 1525
-Lumbosacral hernia...Heilagur kóði 79
-Naflakviðslit.... Heilagur kóði 2082
-Hemangioma í heila.... Heilagur kóði 373
-Herpes.... Heilagur kóði 52751
-Genital Herpes.... Lumbosacral Hernia: 79Sacred Code 2728

-Herpes Zoster....Heilagur kóði 27500
-Lifrarbólga....Heilagur kóði 82976
-Blæðingar (til að stöðva)...Heilagur kóði 82971
-Hydrocephalus....Heilagur kóði 62100
-Dropsy.... Heilagur kóði 61800
-Hidrosadenitis.... Heilagur kóði 921
-Idiopathic hirsutism...Sacred Code 21504
- Ofsvitnun...Heilagur kóði 58750
-Lungnaslagæðaháþrýstingur...Heilagur kóði 54722
-Endometrial Hyperplasia.... Heilagur kóði 7114
-Adrenal Hyperplasia.... Sacred Code 2914
-skjaldvakabrestur....Kóði 293
-Hiksti...Heilagur kóði 828
-Heyrnarskerðing...Heilagur kóði 600
-Blóðkalsíumlækkun...Heilagur kóði 2120
-Blóðsykursfall... Heilagur kóða 1570
-Hypoplasia....Heilagur kóði 65728

-SKJALDVAKABREST...HEILAGUR kóða 1966
-Hypotonia... Sacred Code 1574
-Sveppir... Heilagur kóði 2679
-Inflúensa.... Heilagur kóði 259
-Saurþvagleki.....Heilagur kóði 27315
-Þvagleki....Heilagur kóði 52524
-Bólga í þörmum....Heilagur kóða 874 og 225
-Þvagsýkingar....Heilagur kóða 3334
-Nýrabilun...Heilagur kóða 213
-Klofnuð vör....820
-Laktósi (óþol).... Heilagur kóði 21300
-Heila- og taugaáverka... Heilagur kóði 87031
-Meiðsli á Corpus Callosum............ 212

- Mænuskaðar... Heilagur kóði 2115
-Hvítblæði.... Heilagur kóða 583
-Eitlabjúgur.....Heilagur kóða 1193
-Hodgkins eitilfrumukrabbamein.....Heilagur kóði 1021
-Sár inni í munni... Heilagur kóða 1199
-Sár á líkamanum... Heilagur kóði 5794
-Rotator cuff... Sacred Code 1112
-Erfðafræðilegar vansköpun...Heilagur kóði 6234
-Svimi.... Heilagur kóði 759 og 615
-Heimahimnubólga... Heilagur kóði 2599
-Meinvörp krabbameins...Heilagur kóða 690
-Þvermergbólga...Heilagur kóði 2231
-Mígreni.....Heilagur kóði 67918
-Hreyfanleiki í fótunum... Heilagur kóði 1613
-Fæðing nýtt hár... Heilagur kóði 394
-Taugar... Heilagur kóði 827
-Pneumothorax....Heilagur kóði 6944
-Taugabólga.... Heilagur kóði 613
-Úttaugakvilli... Heilagur kóði 21402
-Lungnabólga....Heilagur kóði 1775
-Hnúðar á raddböndum... Heilagur kóði 27604
-Hnúðar í hálsinum...Heilagur kóði 2190
-Hnúðar í brjóstum.... Heilagur kóði 20
-Hnúðar í lungum... Heilagur kóði 3634
-Hnúðar í lifur...Heilagur kóði 27504
-Offita... Heilagur kóði 989
- Lykt (til að endurheimta hana)..... Heilagur kóða 429
-Öndunarkúgun..... Heilagur kóði 814
-Osteopenia... Sacred Code 617 og 11125
-Hrörnunarslitgigt...Heilagur kóði 11834
-Andlitslömun... Heilagur kóði 879
-Sníkjudýr.... Heilagur kóði 511

-PAESTHESIA...HEILAGUR kóða 1639
-Líkamleg lömun...Heilagur kóði 10222
-Penfígus... Heilagur kóði 329
-Ör í auga pemphigoid.... Heilagur kóði 285
-Peristalsis...Sacred Code 657
-Líkamsþyngd (vandamál).... Heilagur kóði 32194
-Þyngd (ekki klifra)....Heilagur kóði 79418
-Stungur... Heilagur kóði 701
-Fótur íþróttamanns.... Heilagur kóði 67987
-Húð (aflitun á)...Heilagur kóði 515
-Húð líkamans (styrkja)... Heilagur kóði 459
-Lús....Heilagur kóði 10120
-Polycythemia Rubra Vera ..... Sacred Code 612
-Polymyalgia Rheumatica... Heilagur kóða 281
-Líkamsstaða (rétt)..... Heilagur kóði 679
-Polyps (ristli og endaþarmi)... Heilagur kóði 58519
-Háþrýstingur...Heilagur kóði 54721
-Lágur þrýstingur ..... Heilagur kóði 11561
-Berkjavandamál... Heilagur kóði 506
-Blóðrásarvandamál.... Heilagur kóði 52311
-Garmavandamál...Heilagur kóði 628
-Taugafræðileg vandamál... Heilagur kóði 827
-Tannvandamál. Heilagur kóða 2914
-Gómvandamál...Heilagur kóði 1340
-Öndunarvandamál.... Heilagur kóða 443
-Prólaktín.... Heilagur kóði 856
-Legagangaframfall... Heilagur kóði 2133
-Blöðruhálskirtilsbólga...Heilagur kóði 5533 og 33
-Proteus mirabilis....Heilagur kóða 1315
-Psoriasis.... Heilagur kóði 82074

-Pulpitis... Sacred Code 1974
-Fjólublár frá Enoks..... Heilagur kóða 2820
-Fitublöðrur...Heilagur kóði 1211
-Thyroglossal blaðra..... 670
-Brunur (almennt)....Heilagur kóði 25914
-Body Scratch (piquiña)..... Heilagur kóði 119
-Mækkun á stærð höfuðkúpunnar... Heilagur kóði 2139
-Magabakflæði.....Heilagur kóði 26700
-Endurnýja brjósk í liðum.... Heilagur kóða 2929
-Reglugerð um insúlín ... Heilagur kóði 22573
-Grindarbotnsendurhæfing...Heilagur kóði 9911
-Almennt kvef.... Heilagur kóði 2710
-Insúlínviðnám... Heilagur kóði 22573
-Endurheimta kollagen líkamans.... Heilagur kóða 2831
-Matartakmarkanir (létta á ástandinu)....
Heilagur kóða 14

-GEÐÞROSKA... HEILAGUR kóða 524
-Rhinitis.....Heilagur kóði 884
-Hrotur....Heilagur kóði 2870
-Rosacea... Heilagur kóði 53357
-Heilun (hraða ferlum á öllum stigum)...
Tölulegur helgikóði 128
-Lækning og styrking heilans.... Heilagur kóða 218
-Lækning kynhneigðar.... Heilagur kóða 843
-Óhófleg og mikil munnvatnslosun... Heilagur kóði 2123
-Seborrhea....Heilagur kóða 51
-Tannnæmi..... Heilagur kóði 2179
-Blóðsótt.... Heilagur kóði 6152
-Heyrnarleysi.... Heilagur kóða 721
- Chilblains... Heilagur kóði 62030

-Alstrom Hallgren heilkenni.... Heilagur kóði 630
-Asperger heilkenni...Heilagur kóði 50310
-Downs heilkenni.... Heilagur kóði 418
-Guillian Barré heilkenni... Heilagur kóði 72080
-Starfsheilkenni... Heilagur kóði 71950
-Meniere heilkenni.... Heilagur kóði 80808
-Sturge Weber heilkenni....Heilagur kóða 11
-Vacterl heilkenni.....Heilagur kóði 36
-Von Hippel Lindau heilkenni..... Sacred Code 279
-Sinusbólgu....Heilagur kóði 72120
-Alnæmi.... Heilagur kóða 41188
-Stíf persónuheilkenni...Heilagur kóði 820
- Fótaeirðarheilkenni... Heilagur kóði 6818
-Djúpur og rólegur svefn... Heilagur kóði 2820
-Thalassemia...Heilagur kóði 3110
-Stammarar.... Heilagur kóði 28500
-Stamandi..... Heilagur kóða 1611
-Telangiectasias.... Heilagur kóða 115
-Senabólga.....Heilagur kóði 11226
-Krónísk tendinosis (axlir).... Heilagur kóði 72915
-Ovarial teratoma... Heilagur kóði 1218
-Feimni.... Heilagur kóða 447
-Tinnitus.... Heilagur kóði 690
-Toxóplasmósa... Heilagur kóði 1613
-Beinmergsígræðsla... Heilagur kóði 6314
-Nýraígræðslur... Heilagur kóði 901
-Tríglýseríð og kólesteról ..... Heilagur kóði 72911
-Segamyndun.... Heilagur kóði 681
-Berklar.... Helgikóði 29701
-Æxli (koma í veg fyrir að þau stækki).... Heilagur kóða 16404
-Heilaæxli... Heilagur kóði 55211
-Kúpuæxli.... Heilagur kóði 1614

-ÚTLIÐSGÖNG... HEILAGUR kóði 1570
- Magasár... Heilagur kóði 3726
-Magasár... Heilagur kóði 62315
-Jálagasár.... Heilagur kóði 1917
-Innvaxnar táneglur... Heilagur kóði 836
- Ofsakláði.... Heilagur kóði 62071
-Uveitis... Sacred Code 6050
-Varicella....Heilagur kóði 67112
-Vörtur.... Heilagur kóða 31921
-HPV (manna papillomavirus)..... Heilagur kóði 10160
-Vertigo.... Heilagur kóði 31576
-Blár (vandamál).... Heilagur kóði 801000
-Zika vírus......Heilagur kóði 8090
-Vitiligo.... Heilagur kóða 515
-Uppköst... Heilagur kóði 112
-Buzzes....Heilagur kóða 774
-Bólgin svæði líkamans...Sacred Code 578

LYF, LÆKNAR OG SKURÐLÆKNINGAR

-Tappar eftir aðgerð... Heilagur kóði 718
- Útrýma aukaverkunum lyfsins... Heilagur kóða 2929

-Árangur í skurðaðgerð..... Heilagur kóði 42716

-Slepptu lyfjum frá skaðlegum áhrifum... Heilagur kóða 533

-Frelsaðu þig frá skurðaðgerð...Heilagur kóða 55726. Stundum getur skurðaðgerð valdið óþægindum í lífi einstaklings. Þessi siði kallar fram englagaldra Rafaels erkiengils sem er hæfur til að veita gjafir af þessu tagi.

- Losaðu þig við vonda lækna.... Heilagur kóða 61

-Til að losna við skurðaðgerð...Heilagur kóði 8092. Fleiri en einn þeirra sem munu lesa þetta skeyti eru hræddir við að gangast undir aðgerð, vegna ógæfu í þessu sambandi. Þetta númer losar þig við hana.

-Til að laða að líffæragjafa.... Heilagur kóða 527

3. Manneskjan og aðstæður hennar, dýr og plánetur

Litir

FJÓLUBLÁ....HEILAGUR kóða 27

Blár....Heilagur kóða 18

Grænn....Heilagur kóði 91

Gulur....Heilagur kóði 11

Gull....Heilagur kóði 77

Rauður....Heilagur kóða 29

Appelsínugult....Heilagur kóði 15

Bleikur....Heilagur kóði 8

Hvítur....Heilagur kóði 100

Svartur....Heilagur kóði 2

VIRKA DAGA

-MÁNUDAGUR....HEILAGUR kóða 47

-Þriðjudagur... Heilagur kóða 69

-Miðvikudagur... Heilagur kóði 104

-Fimmtudagur...Heilagur kóða 25

-Föstudagur... Heilagur kóða 71

-Laugardagur... Heilagur kóði 93
-Sunnudagur...Heilagur kóða 156

Hús

-AÐGANGUR AÐ NÝJU HÚSI eða bústað...Heilagi kóði 171717. Það eru margar sálir sem eru fúsar til að fara að búa á öðrum stað og anda að sér nýju lofti.

-Laðaðu að kaupanda að húsinu þínu..... Heilagur kóða 515

-Breyttu búsetu þinni eða borg (Vertu nálægt)..... Heilagur kóða 413

-Finndu rétta manneskjuna þegar þú ætlar að leigja eign .... Heilagur kóði 82412. Þessi kóði er mjög mikilvægur, því í gegnum hann munum við laða að mann með góðan titring og sem borgar mánaðarlegar greiðslur að fullu.

-Raki og sveppur á heimilum... Heilagur kóði 1

-Að flytja í nýtt hús.....Heilagur kóða 715

-Að flytja hús... Heilagur kóði 72988

-Að kaupa hús....Heilagur kóði 52574

-Til að semja um arfleifð þína...Sacred Code 2194. Töluvert hlutfall af ykkur langar að semja um arfleifð þína. Í gegnum þetta númer munu þeir hafa samband við hinn fullkomna viðskiptavin til að framkvæma viðeigandi viðskipti með góðum árangri.

-Til að selja hús Sacred Code 105

-Seldu eða breyttu eignum þínum fljótt....Heilagi kóði 181818. Margir þeirra sem lesa þessi orð vilja selja eða breyta eign sinni, vegna þess að sál þeirra vill opna sig fyrir nýju umhverfi og tækifærum.

-Vita hvert á að flytja áður en þú selur hús....569. Þetta númer er gagnlegt í eftirfarandi tilvikum: Segjum að staðurinn þar sem þú býrð sé til sölu. Þessi kóða sýnir þér staðinn þar sem þér hentar að flytja fyrirfram. sem betur fer hvenær

Selja, þú veist hvert þú átt að fara. Það er hægt að sameina það með kóða 715.

- Pirrandi og háværi nágrannar Sacred Code 221

VIÐSKIPTI

-SOUL KINDRED FYRIR fyrirtæki ... Heilagur kóði 0799. Það eru margir sem þurfa gott fyrirtæki til að hjálpa þeim að reka fyrirtæki sín. Þetta snýst ekki um maka, Merlin vísar til ættkvíslar sálar sem, auk þess að elska okkur, hjálpar okkur að gera byrði hvers dags auðveldari. Milli tveggja hluta er gert bærilegra. Merlin býður upp á kóðann svo að hann muni koma fljótlega til að hjálpa okkur.

-Angel Anauel...Sacred Code 379. Hann er engill viðskipta- og kaupsýslumanna.

-Laða viðskiptavini að fyrirtæki Sacred Code 71588

-Forðastu að setja upp fyrirtæki Sacred Code 52537. Forðastu að setja upp óþægileg fyrirtæki eða starfsstöðvar í hverfinu.

-Judas Tadeo....Heilagur kóða 16700 og 45600. Í þætti sínum farsælum samningaviðræðum.

- Business Sacred Code 105

-Að kaupa og selja fyrirtæki Sacred Code 52574 og 71521

-Að biðja um leiðbeinanda á sviði viðskipta Sacred Code 72911

-OPIÐ FYRIR NÝJUM TÆKIFÆRUM Sacred Code 1111

-Opnar slóðir Sacred Code 691

-Abundance Sacred Code 194

-Abundance Sacred Code 8829, 375, 684, 424, 299, 874, 1697, 531, 889 og 912. Móttekin frá San Expedito.

-Flýttu fyrir tilkomu auðs í lífi þínu Sacred Code 133

-Engill allsnægts...Heilagur kóða 71269. Ég vil hjálpa þér að uppgötva falda fjársjóðina þína, ég vil hjálpa þér svo að velmegun og gleði flæði í lífi þínu. Þegar þú finnur fyrir þeirri ógurlegu angist sem stafar af því að þú átt ekki nægan pening, hringdu í mig.

-Englar vellíðan...Heilagur kóða 607

-Ángel Giria...Sacred Code 1191. Sérfræðingur í öllu sem tengist peningum

-Angel of Wealth...Sacred Code 88829. Það er eining sem vill hjálpa þér að leysa efnahagsvandamál þín. Orka hans er mjög nálægt orku erkiengilsins Gabríels og móður Maríu.

-Angel Parasiel Sacred Code 515. Þessi engill ryður brautina til allsnægts.

-Hjálp frá Erimihala í gnægð hugleiðslu...Heilagur kóða 194. Byrjaðu rólega en ákveðið að endurtaka heilaga kóða 194. Ef þú ert eftirtektarsamur muntu taka eftir orku minni og þú munt skynja að ÉG ER AÐ HUGSA Í GEGNUM ÞIG. Þetta mun gera það miklu auðveldara fyrir þig að sjá fyrir þér. Vinnukvóti þinn felst í því að endurtaka heilaga siðaregluna og einblína á MYNDIR OF gnægð sem ég sjálfur mun veita þér innblástur. Ef þú vinnur með ofangreindan kóða muntu sjá mjög hraðar breytingar.

-Tenging við Elemental of Money Sacred Code 47620.

-Þegar einhver skuldar þeim peninga og vill ekki borga þeim Sacred Code 858. Þetta kallar á orku San Antonio de Padua, sem er endurheimtir tapaðra eigna.

-Peningar (svo að peningarnir berist) Heilagur kóði 897

-Goddess Lakshmi Sacred Code 2918. Gyðja auðs og fegurðar. Talið er að allir þeir sem tilbiðja hana þekki strax hamingju.

-Leysa upp og róta ígræðslur sem koma í veg fyrir tengingu við orku

Peningar ..... Heilagur kóði 61316, 541280 og 73016.

Þegar það er ígræðsla, sama hversu mikinn velvilja maður hefur, er árangur sjónrænna og tilskipana ábótavant. Þannig að lykillinn er að fjarlægja þessi ígræðslu þannig að ástandið sé hagstætt. Móðir María í ákalli hennar eða hlið á frú okkar hins heilaga hjarta, og meistari Kwan Yin, bjóða upp á þessa þrjá kóða.

-Árangur í starfi Sacred Code 643

-Planetary Genie OCH...Sacred Code 1016. Stjórnar málefnum sólarinnar. Kennir læknisfræði, visku og gefur peninga. Hann hefur 36.536 anda í þjónustu sinni og sendir þá í samræmi við þarfir hvers og eins. Það er gert á sunnudegi.

-Að fá viðbótartekjulindir Sacred Code 904

-Til að finna vinnu (Tilgreindu hvaða)....Heilagur kóði 454545, 16700 og 5600 (einhver af þeim 3).

-Til að peningar renni til þín Heilagur Kóði 1122 og 5701

-Svo að peningarnir sem þeir þurfa berist án áfalla. Sacred Code 42170

-Efnahagsleg vandamál: (Gefðu Guði áhyggjur) Heilagur kóða 608

- VELMEGUNAR HELGIKÓÐI 79

-Gjafir frá alheiminum (fáðu) heilaga kóða 545 og 32300

-Fjarlægðu frá orkusviðinu þínu anda glötun og eymd... ISUMI TALASI.

Orð hins heilaga tungumáls Ageon til að sameina við hinn helga kóða 773.

-Hagstæð ferð...Heilagur kóða 100. Með þessari tölu geta ljósverur hjálpað okkur að eiga hagstæða ferð. Þetta gefur til kynna að farartækið sem við erum að fara í virkar vel og verður ekki fyrir neinu áfalli.

Það er mikilvægt að leggja okkar af mörkum til að samræma okkur farsæla ferðina. Ef reglunum er framfylgt og á sama tíma er talið að dekk séu að fara að springa, til dæmis, erum við að trufla árangur ferlisins.

MANNLEG SAMSKIPTI

-SÁLARFÉLAGI (TIL AÐ auðvelda þessa tengingu) Heilagur kóða 571

-Vinasamband (nýtt og gott) Heilagur kóði 1129
-Ást sem par (Strengthen it) Heilagur kóða 541
-Alhliða ást helgikóði 35133
-Laða að ættarsálir (Sem vinátta) Sacred Code 12000

-Laða að sömu hugarfari (Sem lífsförunautur) Sacred Code 715400

-Laðaðu að ástina Sacred Code 2526

-Láðu að ást lífs þíns...Heilagur kóða 11550. Með því að nota þetta númer munu margir læknast af einmanaleika sínum og vita að það gagnast líkamlegri og andlegri heilsu þeirra að njóta fallegs félagsskapar.

-Ladaðu skjótt að lífsförunautnum þínum eða maka heilaga kóðanum 191919.

Gott fyrirtæki veitir gleði og velmegun og mörg ykkar eru í þörf fyrir það. Þetta þýðir að sál þín þráir að upplifa þetta heilbrigða samband.

- Öfundsýki helgikóði 1015
- Haltu góðri vináttu Sacred Code 725
-Heilagur kóði 212 fyrir vantrú

-Hugsun í fjarlægð...Heilagur kóða 580. Þessi vörpun sem ég vísa til er lögð til, ekki þvinguð. Með þessum kóða geturðu ávarpað sál hvers einstaklings, og hún er þverpersónuleg, það er að segja hún fer út fyrir sjálfið. Þegar þeir hafa valið viðeigandi manneskju, sitjandi eða liggjandi munu þeir gera orðatiltæki svipað eða jafnt og þetta: Í gegnum heilagan kóða 580 kemur mér í hug.......... og ég ímynda mér hann eins og hann væri með mér. Byrjaðu síðan að fara framhjá perlum hálsmensins:

580(einn), 580(tveir), 580(þrír) og gera andlega mynd manneskjunnar eins raunverulega og hægt er á meðan talið er.

-Etheric retreat Chamuel erkiengils...Heilagur kóði 725. Sá sem vill fá örvandi orku og óvæntar óvæntar uppákomur, biðja sál sína að leiða sig á nóttunni, til etherískrar hörfa Chamuel erkiengils. Þessi vera frelsar þann sem er fanginn og stjórnar samböndum á öllum stigum. Nafn hans þýðir "Guð er markmiðið mitt". Þökk sé afskiptum þessa erkiengils er hægt að endurheimta sambönd sem hafa verið rofin í mörg ár. Hver sem finnst óæskilegur eða hafnað finnur í Chamuel besta trúnaðarvininn og vininn.

-Óþægileg sambönd (Frelsaðu þig). Heilagur kóða 28
-Soledad Sacred Numerical Code 11136

-SLYS (FRÍTT) HEILAGUR kóða 748
-Kynferðisleg áreitni Heilagur kóði 22211

-Flyttu fljótlega frá stað þar sem við viljum ekki lengur vera heilagur kóða 188

-Lætta réttarfarsreglur Sacred Code 627

-Valir þegar víðmyndin er ruglingsleg....Heilagur kóði 718. Til að koma fram

Valkostir. Í boði Ruth og Cristina de Andromeda.

-Árásir (losaðu þig) Heilagur kóði 697

-Krabbamein (til að vernda þig gegn þessum sjúkdómi og koma í veg fyrir að hann berist til þín) Heilagur kóða 1188

-Ósanngjörn ákæra Sacred Code 125512. Þetta er beitt ef þeir eru að gera okkur "ósanngjörn ákæru". Það getur verið peningaupphæð sem einhver, hver sem það er, er að rukka okkur. Til dæmis skatt sem þeir hafa gert upp í ríkisaðila og við skuldum hann ekki.

-Gegn slysum Sacred Code 41404

-Slítur fjarskiptatengsl...Heilagur kóða 577. Það eru tengsl sem binda okkur við annað fólk og sem nauðsynlegt er að losa okkur við. Þessi tengsl koma frá öðru lífi og halda áfram að hafa áhrif á okkur í dag. Með þessum kóða losum við okkur við fjarskekkjuáhrifin sem slíkir aðilar hafa á okkur og við útrýmum öllum ummerkjum eða skrám sem kunna að vera eftir í sálarlífi okkar.

-Sektarkennd (að finnast þú vera laus við) Sacred Code 339

-Hreinsaðu slóðir...Heilagur kóði 75139. Þetta er meistaranúmer sem þeir munu mylja höfuð höggormsins í gegnum og leiðir þeirra verða hreinsaðar.

-Egregores (vernd)....Heilagur kóði 1611. Orka egregores veldur fólki sem hefur veika huga.

-Neyðarástand.... Heilagur kóða 594, 677, 525 og 437. Brýn vandamál af öllu tagi sem þarf að leysa og geta ekki fundið leið til að gera það. Boðið af Ruth frá Andromeda fyrir neyðarhjálp.

- Hæfir og heiðarlegir starfsmenn innanlandsþjónustu... Heilagur kóði 16700

-Finndu týnda hluti Sacred Code 858 og 725
-Faldnir óvinir (losaðu þig) Heilagur kóði 051
-Blekkingar (losaðu þig) Heilagur kóði 3351

-Reiði (Hunsa)....Heilagur kóði 11139. (Almennt notar fólk reiði fyrir framan aðra sem leið til að hagræða, hóta eða ögra. Með þessum kóða hunsum við þessa orku sem kemur í veg fyrir að þau hafi áhrif á okkur).

- Öfund (til að vernda sjálfan þig) Heilagur kóði 615
-Góðandi andar (slepptu þér) Heilagur kóða 314

-Andar glötun og eymd (brjóta laus) Heilagur kóða 773. Þannig munu þeir hreinsa og undirbúa jörðina, svo að englarnir Gabríel, Parasiel og Abundia geti sáð gnægðsfræjum).

-Að vera í friði á tímabundnum stað sem þú vilt ekki vera... Heilagur kóði 1679. Mikill fjöldi ykkar er á stöðum sem þið viljið ekki vera og dvöl ykkar á þeim er tímabundin. Með þessu númeri munu þeir geta lifað í friði þar, þar til brottfararstund kemur.

-Forðastu skemmdir af nágrönnum Sacred Code 530
-Vembing (slepptu þér) Heilagur kóði 6279
-Skilmar sveitir (vernd) Sacred Code 455
-Mikil ógæfa (slepptu þér) Sacred Code 339

-Komdu í veg fyrir að einhver skaði þig eða notfærir þér....Kóði

Heilagt 11129. Hvort sem það er fjölskylda, vinir eða hvers kyns samband.

-Astral ígræðslur og lirfur Sacred Code 1118
-Ógæfa (Get Los) Sacred Code 2000
-Ákalla anda heimilisins...Sacred Code 715

-Réttlæti (Þegar þér finnst óréttlæti framið)....Heilagur kóða 3128, 32328,

33319, 33486, 33529, 33657 og 33894. Heimildir: Ruth og Cristina de Andromeda.

-Þjófar (gegn) heilögum kóða 781
-Frelsaðu þig frá aðgerðum ET Sacred Code 401

-Frelsa sig frá einstaklingum eða lögaðilum sem hindra þá á einhvern hátt.... Sacred Code 42 og 892. Þeir verða lausir við það.

-Að losna við smitsjúkdóma Sacred Code 25300

-Lossaðu þig við ígræðslur...Sacred Code 575, 26, 104 og 1679. Það er til tegund af "ígræðslu" sem aðeins er hægt að hætta við í gegnum heilögu kóðana. Ég meina titringshindrun sem ég myndi kalla "of bilun", svo að tala, einhvern veginn og mæta tungumálinu þínu. Margir finna fyrir vonbrigðum, sorg og ráðaleysi vegna þess að þeir eru staðnir og geta ekki losað sig við sýnilega og ósýnilega kúgara sína. Þrátt fyrir hugrökk viðleitni þeirra, þá er eitthvað sem leyfir þeim ekki að vera frjáls, þó að þeir finni fyrir þægindum og jákvæðum vindi frá englunum sínum og leiðsögumönnum.

-Frelsaðu þig frá tilfinningunni um að vera að flýta þér eða kvíða. Sacred Code 52579

- Losaðu þig við hagstætt fólk (sem reynir að nýta sér góða trú annarra

Fyrir hagsmuni þína)....Heilagur kóða 483

- Losaðu þig við illa anda... Heilagur kóða 12900

-Frelsa fólk frá svörtum galdur... Heilagur kóði 8585

- Losaðu þig við svarta galdur....Heilagur kóða 111 111 111
- Losaðu þig við tilfinninguna um lamandi stöðnun... Heilagur kóða 860.

Virkjaðu orku frá Satúrnusi þannig að tíminn skili sér í vinnu og daglegum athöfnum.

-Hreinsaðu aura Sacred Code 26700

-Neikvæð hreinsun Sacred Code 0927. Til að hreinsa rými af titringi, hlutum, fólki og neikvæðum aðilum af öllu tagi. Þetta númer er eins og kústur sem sópar burt öllu sorpi sem gæti skaðað okkur. Það er hægt að nota fyrir húsið, skrifstofuna eða hvaða stað sem við förum inn og þar sem við finnum fyrir slæmri orku.

-Rangur staður (fara) Heilagur kóði 997. Þessi kóði er áhrifaríkur fyrir fólk sem finnst það vera á "röngum stað". Það getur veitt þeim ávinning þar sem þeir komast á nýjan stað þar sem hæfileikar þeirra eru metnir og viðurkenndir.

-Evil eye Sacred Code 69900. Þetta er raunverulegt, á sama hátt og "svartur galdur" er raunverulegur. Augun, eins og þú hefur heyrt svo oft, eru gluggar sálarinnar. Frá augum koma segulmagnaðir útstreymi, orkustraumar, sem geta haft áhrif á huga fólks. Þegar einhver er öfundsjúkur, hatursfullur eða líkar einfaldlega ekki við hann, þá sendir hann fráfallið sem veldur skemmdum inn. Þess vegna höfum við þráast svo mikið við varnir.

-Hræðslukóði 680

-Vertu ekki hrifinn af hinu heilaga kóða 593

-Fáðu samstarf frá yfirvöldum...Sacred Code 534. Óþarfur að segja að það er það

Af lögmætum ástæðum.

-Að sjá um eigur okkar....Heilagur kóði 1198. Hér er ég ekki að vísa til ættjarðarinnar sem ég hef þegar afhent. Þar er vikið að hlutum og hlutum sem við kunnum að meta og fylgja okkur í daglegu lífi: Húsaskreytingum, hlutum til einkanota sem okkur líkar við, fallegar minningar sem við geymum.

-Að vera ekki svona viðkvæmur fyrir hávaða.... Sacred Codes 1651419, 2739, 883. Það eru sálir með dásamlega næmni sem þola ekki hávaða. Þessi siði getur dregið úr þeim tiltölulega.

-Fyrir fólk sem er með neikvæðar einingar tengdar líkama sínum ... heilagur kóði 1221 og 316. Þetta veldur þeim miklum þjáningum. Cristina de Andromeda hefur opinberað tvo kóða fyrir þetta fólk.

-Fyrir grimmt fólk Kóði 2888

-Til að vernda sig gegn líkamlegum árásum Sacred Code 1025

-Til að hafa frið í kringum....Heilagur kóða 300600. Í hvert skipti sem þeir þurfa að hafa frið

Í kring, endurtaktu þennan kóða.

-Sýnt fólk Sacred Code 29700

-Ránið fólk Sacred Code 520

- Meindýr (eyða) Heilagur kóði 1618

-Vörn og léttir ef jarðskjálftar verða.... Heilagur kóða 479 og 484. Í boði

Móðir María í málsvari hennar fyrir frú okkar kraftaverkamerkisins.

-Vörn gegn slysum....Heilagur kóða 804

-Vörn gegn karmískum óvinum...Heilagur kóði 314

-Vörn gegn útfjólubláum geislum....Sacred Code 2016

-Vörn gegn verkum svarta töfra... Heilagur kóði 1617. Boðið af uppstigningarmeistaranum Kwan Yin. Eins og Jesús og Babaji hafa sagt, þá er þetta til og það er mjög skaðlegt fyrir sálir.

-Verndun arfleifðar Heilagur kóða 899751

-Verndaðu þig (gegn skaðlegri geislun hvers eðlis) Heilagur kóði 333444

-Til að ógilda skaðlega orku...Sacred Code 618, sálir sem taka eftir minnkandi orku og eru ruglaðar. Ekki vera með minnsta ótta, því þetta er falin aðgerð myrkra afla sem eru örvæntingarfullir fyrir hraðri útþenslu ljóssins.

-Fjarlægðu truflun frá neðri astral heilaga kóðanum 237

-Styrktu riftun erfðasamninga....Heilagur kóða 017 og 018. Þú munt sjá hvernig verur sem hafa ekki virt ákvörðun þína um að hætta við erfðasamninga, munu missa vald sitt og geta ekki haldið áfram að fara illa með þá eða draga frá lífsorku þeirra.

- Gera við skemmdir á aura Sacred Code 811

-Fjarlægja mann sem fer ekki eftir athöfnum okkar....Heilagi kóði 5721. Þessi kóði er til að biðja ljósverur að fjarlægja manneskju sem við höfum gert erfðaskrá við og hann uppfyllir ekki hlutverk sitt. .

-FJARLÆGÐU ANDSTÆÐINGA okkar af orkusviðinu... Sacred Code 694

-Að yfirgefa stað þar sem þú vilt ekki vera heilagur kóði 72988

-Lækningar (endurheimta og vernda)....Heilagur kóði 33351 Master's Code

Upp í Kwan Yin, ef skemmdir verða.

-Heilagur kóða 44 heilari. Virkar á áhrifaríkan og öflugan hátt, í öllum líkama sínum,

Taktu út fangaðar framhaldsmyndir með árásum „svartra galdra“ í fortíðinni og í dag.

-Öryggiskóði 0000000

-Innsigla aurana þeirra....Heilagur kóða 9-19-1913. Koma frá guðdómlegu ljósi plánetunnar AGEON, og það innsiglar aurana þína gegn verkinu sem Asyntrions (verur myrkursins) hafa unnið á þig, ástvini þína og velunnara þína. Í þessum kóða, fyrir utan mig, tekur Móðir María þátt og meistarinn Saint Germain.

-Verið varkár ef um skjálfta er að ræða... Heilagur kóði 10894. Sá sem segir þennan kóða mun sjá um ásamt húsi sínu ef jarðskjálftar verða.

-Að vera laus við karmíska kúgara sem þeir hafa sem nágranna... Heilagur kóða 119. Þeir sem nota þennan kóða verða leystir frá karmískum kúgarum sem þeir hafa sem nágranna, og sem með hávaða sínum og dónaskap breyta lífsgæðum þeirra.

-Desperate Situations Sacred Code 19

-Þola háan hita 111

-Ljúktu við að slíta óþægileg fjarskiptabönd heilaga kóða 151515

-gildrur og brellur Sacred Code 816

-Orkuvampírur (Forðastu kynni) Heilagur kóði 441. Orkuvampíra er með óvirkt innra orkukerfi. Með orkuskort og skert orkukerfi nærist það á orku annarra. Árás orkuvampíru getur átt sér stað við líkamlega snertingu, með því að takast í hendur eða í mikilli fjarlægð.

-"Orkuvampírismi" eða sálrænn Sacred Code 7000. Þú veist nú þegar að þetta fólk hefur hrakað orkukerfi sitt og það nærist á orku annarra.

-Heilagur kóði um heimilisofbeldi 820

persónuleg og andleg framför

-OPNAR LEIÐIR...HEILAGUR kóði 691

-Opið fyrir nýjum tækifærum Sacred Code 1111

-Flýttu fyrir titringi líkamans í átt að hærri sviðum... Heilagur kóði 659

-Fáðu hagnýtan skilning Sacred Code 1714

-Að létta á einkennum uppstigningar Sacred Code 680

-Sál...Sacred Code 4500000 (samskipti, það mun segja þér hvað hljómar við sannleikann þinn
innri).

-Sálir háðar þjáningum Sacred Code 7278. Þetta fólk hafnar öllu sem getur veitt því gleði og það hefur alltaf ástæðu til að líða illa.

-Sjálfsást Sacred Code 877

-Lærðu að stjórna huganum Sacred Code 85

-Sjálf sniðganga Sacred Code 593. Ótti við velgengni getur hver sem er upplifað einhvern tíma á lífsleiðinni.

-Sjálfsstjórn og agi...Heilagur kóði 26200

-Sjálfsvirðing heilagur kóða 877

-Sjálfsstjórn heilagur kóða 784

-Bilocation...Sacred Code 61522. Samtímis viðveru manns á tveimur mismunandi stöðum.

-Loka hringrás kóða 10845

-Heili... Heilagur kóða 10-24-1975. Með krafti Mataji og hins uppstigna meistara Saint Germain, geri ég aðgerð á öllum þeim svæðum í heila mínum sem hafa verið óvirk í langan tíma. Með guðlegri skipun fara þeir nú í aðgerð til dýrðar hins guðdómlega anda

-Einbeiting...Heilagur kóði 00

-Samúðarkóði 9999

-Tengdu við tvífarann....Sacred Code 682. The Double er þú sjálfur, en í annarri vídd. Það er sá hluti af þér sem dvaldi á uppruna plánetunni þinni þegar þú holdgaðist.

-Að fá brýnustu löngunina sem við höfum... Heilagur kóði 25700. Í boði

Eftir kennarann Kwan Yin.

-Stýrðu huganum... Heilagur kóða 39: Stundum er það erfitt af ýmsum ástæðum,

Þessi kóða er einmitt til þess.

-Sköpun (opnaðu) Heilagur kóði 18357

-Þegar þeir þurfa stuðning einhvers, Sacred Code 917 og 868

-Helgi kóði 986 og 1218

-Þróa jákvæðar tilfinningar...Heilagur kóða 578. Hvers vegna er erfitt að sýna drauma okkar? Vegna þess að tilfinningaþátturinn hefur ekki nægan styrk til að veruleika löngunina. Með þessum kóða munum við styrkja "Jákvæðar tilfinningar", sem gerir draumum kleift að rætast.

-Þróaðu sjálfstraust Sacred Code 464

-Þróa sjálfstraust. Heilagur kóða 451

-Þróun hins heilaga kóða fyrir fjarskipti 19813

-OPNAÐU INNRI RÖDDINA...Sacred Code 563. Það eru margar sálir sem þrátt fyrir

Að ná innri þögn hlustar ekki á neitt, þessi siði er fyrir þá.

- Uppgötvaðu og stilltu þinn eigin lit Sacred Code 12579

- Örvænting ... Heilagur kóða 19

-Vektu örlæti heilagur kóða 78

-Vektu sofandi og stíflað ímyndunarafl... Heilagur kóði 899

-Skildómur heilagur kóða 555

-Byrjaðu og kláraðu verkefni...Sacred Code 211

-Finndu týnda hluti Sacred Code 858 og 725

-Reiði...Heilagur kóða 11139. Til að hunsa reiði annarra notar fólk almennt reiði fyrir framan aðra sem leið til að hagræða, hræða eða ögra. Með þessum kóða hunsum við þessa orku og komum í veg fyrir að þær hafi áhrif á okkur.

-Hlustaðu á okkar innri heilaga kóða 113

-Hlustaðu á hina sönnu innri rödd Sacred Code 431 og 1155

- Velgengni heilagur kóði 2190

-Auðvelda nám nýrra tungumála...Sacred Code 529

-Trú... Heilagur kóða 32.414 og 504

-Trú, hugrekki, huggun og alger hjálp (Hafa)....Heilagur kóða 780. Sent af móðurinni

María í málsvari hennar fyrir frú okkar kraftaverkamedalíunnar

-Frustranir (Frelsaðu þig) Heilagur kóði 6279

-Phobias Sacred Code 66 og 32

- Mikill kuldi sem einkenni uppstigningar. Sacred Code 211

-Þakklæti...Heilagur kóða 3333

-Gerðu örlög okkar bærilegri... Sacred Code 37. Ef þeir gera þetta Code

Þeir munu taka eftir friði og slökun.

-Auðmýkt....Heilagur kóða 11

-Óvissa (létta)....Heilagur kóða 27

-Intelligence (aukning)....Sacred Code 1523

-Túlka ritningarstaði, tákn og óþekkt tungumál...Heilagur kóða 19996

-Túlkaðu táknin...Heilagi kóðann 2615. Það eru fíngerð, felulitur merki.

-Insæi...Heilagur kóði 811

-Frelsi ruglsins...Heilagur kóði 808. Það eru margir sem finna fyrir rugli á mörgum sviðum, og vita ekki hvaða ákvörðun á að taka. Í gegnum þetta númer er allt víðmyndin skýrð.

-Viðhalda jafnvægi milli hins andlega og efnislega...Heilagi kóða 69. Það er til

Fólk sem hunsar andlega heiminn og aðrir sem hunsa efnisheiminn. Samhljómur með báðum er nauðsynlegur. Þú verður að hafa samband við báða heima.

-Bættu söngkunnáttu.... Heilagur kóði 52088

-Minni...Heilagur kóði 574

-Ótti...Heilagur kóði 680

-Kraftaverk...Sacred Code 4418 og 1913. Boðið af Merlin til að fá kraftaverk.

-Margfaldaðu merki..... Heilagur kóði 62413

-Auðkennisnúmer....Notaðu afmælisdaginn þinn (dd/mm/áááá)

-Innra barn (samskipti við heilbrigða hlutann)....Heilagur kóði 879. Þetta er mikilvægt,

ÞVÍ AÐ INNRA BARNIÐ þekkir sannleika okkar og veit hvert erindi okkar er.

-Innra barn (Sættast við)....Heilagur kóða 89

-Sært innra barn (lækna)..... Heilagur kóði 991

-Innra barn (lækna).... Heilagur kóði 3740

-Innra barn (dyggðir).... Heilagur kóða 344

-Þolinmæði... Heilagur kóði 629

-Fólk sem finnst ekki frjálst... Heilagur kóði 906. Í gegnum þetta númer

Þeir munu upplifa frelsi.

-Friður í kringum... Heilagur kóða 959

-Því miður... Heilagur kóði 888

-Biðjið um ráð eða fáið skilti...Heilagur kóði 484

-Biðjið um ráð og hjálpið ykkur af þessu... Heilagur kóða 456

-Fólk sem er óttaslegið um framtíðina... Heilagur kóði 378. Hjálpaðu til og beittu þér

Róandi aðgerð á þann sem notar það.

-Settu takmörk (lærðu)...Sacred Code 728

-Rage... Sacred Code 201

-Fáðu sérstakar upplýsingar fyrir einstaka ferli þitt ... Heilagur kóði 00991. Sá sem notar þetta númer af trú, og er afslappaður og eftirtektarsamur, mun fá upplýsingar frá Merlin, sem geta verið mjög afhjúpandi.

-Mundu drauma... Heilagur kóða 2137

-Taktu próf...Heilagur kóði 32511

-Meðvituð öndun...Sacred Code 2500. Þessi eina aðgerð mun festa þig í

Present, mun varanlega tengjast okkur

- Endurheimtu innri kraftinn... Heilagur kóði 62987

-Leyndarmál og huldir hlutir....Heilagur kóði 2020. Í gegnum hann munu leyndarmál og huldir hlutir verða opinberaðir þér. Þú getur líka kallað það hraðakóðann, þar sem hann mun birtast mjög fljótt það sem þig dreymir um.

-Tilfinning um að vera óverðskuldaður (lækna)....Heilagur kóða 593 og 294. Þetta hugarástand er banvænt fyrir árangur, vegna þess að hver sem þjáist af því er fangelsaður í þeirri fölsku trú að "verðskulda ekkert". Fyrrnefnd skynjun virkar á undirmeðvitundarstigi og á sér traustar rætur hjá mörgum.

-Ofviðbrögð (Forðastu)....Heilagur kóði 520. Stundum ofviðbrögð Óhóflegt form í ljósi erfiðleika, og þetta er nokkuð þreytandi.

-Einmanaleiki... Heilagur kóði 11136

-Biðjið um bókstafleg merki ... Heilagur kóða 373 og 418. Þetta eru kröftug og ótvíræð. Bókstaflega merkið er hægt að taka á móti í draumnum á meðan við sofum, eða í miðri daglegri starfsemi.

-Undirvitund (róaðu þig)... Heilagur kóði 1021. Sársaukafullir atburðir þessa og annarra lífs eru geymdir í undirmeðvitundinni, á þann hátt að þegar atburður á sér stað sem inniheldur einhverja óþægindi eða sorg, fellur út svipað bælt efni sem veldur angist og eirðarleysi. Alltaf þegar þér líður illa, með þráhyggjufullar, sorglegar eða of viðkvæmar hugmyndir, láttu þig vagga af töfrum þessa kóða og þú munt upplifa æðruleysi huga þinnar.

-Kyrrð.... Heilagur kóði 0129

-Sorg... Heilagur kóða 770

-Umburðarlyndi....Heilagur kóði 665

-Ferðir... Heilagur kóði 681

-Meðvituð Astral Travel ..... Sacred Code 729

-Vilji (styrkja).....Heilagur kóða 574

FYRRI OG NÚTÍÐ LÍF sjálfs og fjölskyldu

-ÆTTARTRÉ (TIL AÐ LÆKNA).... Heilagur kóða 553

-Bendandi mál... Heilagur kóða 791. Í gegnum þennan kóða kemur í ljós bælt efni úr fortíðinni (þessu og öðru lífi) sem kemur í veg fyrir að við komumst frjálslega og hratt áfram.

-Eyða neikvæðar minningar úr undirmeðvitundinni...Heilagur kóði 45600

-Afsögn karmískra tengsla...Heilags kóða 14710 og 1579. Gefin af Uriel

Erkiengill.

-Þættir af fyrri lífi... Heilagur kóða 623. Í gegnum þetta númer sýnir Elyasim okkur brot af fyrri tilverum sem þarf að lækna.

-Hlustaðu á sjálf fortíðarinnar...Sacred Code 000

-Heilagur andi...Heilagur kóði 443355. Frelsun margra karmískra tengsla og kúgara sem hafa gert líf þitt erfitt í nokkrum holdgervingum, þar á meðal núverandi. Þessi frelsun er möguleg þökk sé nærveru þess sem þú þekkir sem heilagan anda.

-Sársaukafull reynsla með fólki sem er nálægt þér í núinu (Lækna) .... Heilagur kóði 812. Þeir hafa truflað þig á einhvern hátt í fortíðinni.

Neikvæðar tilfinningar í garð einhvers eru ekki „frjálsar". Þeir hafa ástæðu til að vera til og almennt er þetta spurning um önnur líf. Það eru verur sem valda óþægindum, streitu og stundum ótta. Þetta stafar af óuppgerðri reynslu af þeim, óafgreiddum málum eða karmískum samningum. Mörg ykkar hafa orðið fyrir illri meðferð í annarri tilveru af þessu fólki og af þessum sökum finnurðu fyrir ótta eða áhyggjum þegar þú sérð það. Nærvera þessara aðila færir meðvitund þína faldar minningar sem eru lifandi í undirmeðvitund þinni.

-Erfðafræðileg arfleifð (neikvæðir þættir) Heilagur kóði 314

-Þekkja bælt undirmeðvitundarefni sem kemur í veg fyrir birtingarmyndina...Heilagur kóða 819. Með þessum kóða munt þú geta borið kennsl á það efni og ógilt áhrif þess.

-Sleppa karmískum samningum Sacred Code 288 og 1118

- Losaðu þig við gjörðir ólíkra karmískra óvina... Heilagur kóði 323

-The Lords of Karma Sacred Code 95138

-Vörn gegn karmískri hefnd Sacred Code 212. Það eru nokkrir sem vilja hefna sín á mörgum ykkar af karmískum ástæðum, ef þeir hafa ekki þegar gert það. Notaðu kóðann svo þú verðir ekki gripinn óvarinn.

-Til að gefa ástvinum þínum ljós og léttir Sacred Code 025

-Fólk sem var óæskilegt af foreldrum sínum... Sacred Code 224. Svo það

Fáðu lækningu þína.

-Fáðu allt sem foreldrar þeirra gátu ekki gefið þeim á meðan þau voru holdgerd...Heilagi kóðann 18000. Þessi kóði er frábær, því hann gerir foreldrum kleift, frá einingu andans, að hella út straumi af blessunum yfir þá sem voru börn þeirra í þessari holdgun. Þegar ég tala um blessanir eru þær alls konar aðstoð, þar á meðal efnislegar þarfir. Foreldrar þessara sálna þrá af öllu afli að geta brugðist við börnum sínum, þar sem ekki eru lengur samningar sem takmarka þau og ástin sem þau geta boðið þeim er yfirfull, án stranda.

-Sársaukafullar minningar í 9 mánaða dvöl í móðurkviði (Lækna)....Heilagur kóða 52

-Þjáningarminningar frá 9 mánaða til 7 ára aldurs (Lækna).... Heilagur kóða 919

-Neikvæðar minningar frá 7 árum til 18 ára (lækna)....Heilagur kóða 59

-Endurheimta glataðan tíma Heilagur kóða 822. Þeir ætla að uppskera af viðleitni þeirra svo margra ára.

-Aðhvarf til nálægrar og fjarlægrar fortíðar ... Heilagur kóði 427. Við getum gengið inn í

Dáleiðandi trans og biðjið erkiengilinn um að vera leiðsögumaður okkar í þessum afturförum.

-At vita hvert næsta skref er...Heilagur kóða 114. Með þessum kóða mun næsta skref sem við verðum að taka skýrt opinberast okkur. Þetta er frábært, því fyrirfram munum við vita í hvaða atburðarás við ætlum að flytja.

-Fjarlægðu bælt efni úr öðrum lífum upp á yfirborðið Sacred Code 442

-Ástvinir sem ekki eru líkamlegir...Heilagur kóði 21315. Hugsaðu um ástvinalausa sem þú hefur elskað mest í þessu lífi. Í gegnum þennan kóða mun hann snúa aftur til að aðstoða þig og vera þér við hlið á þessu síðasta tímabili. Jafnvel þótt þú sjáir hann ekki, mun hann vera þín mesta hjálp. Hlustaðu á hann, því hann mun tala við þig, hugga þig og segja þér hvað þú þarft að gera á hverri stundu.

-Lifðu í núinu....Heilagur kóða 789. Við ættum aldrei að missa vonina því Guð getur breytt heppni okkar á broti úr sekúndu. Alheimurinn gæti komið á síðustu stundu, en hann er alltaf á réttum tíma. Að lifa í núinu er lykillinn. Venjulega höfum við tilhneigingu til að vera í fortíðinni eða í framtíðinni. Með þessum kóða munum við festa okkur í augnablikinu, yfirgefa höfuðið og sökkva okkur niður í heim skynfæranna.

AUKA GETU OKKAR TIL að koma fram

-ANGEL TETRAGRAMATRON Sacred Code 28720. Virkjaðu líkama ljóssins og opnaðu getu til að birtast.

-Ángel Nascela...Heilagur kóði 62174. Hjálpar öllum sem eru með sköpunargáfu sína lokaða og geta ekki séð almennilega fyrir sér. Það býður upp á ómetanlega hjálp í hraðri þróun hæfileika.

-Englarnir 7 sem stjórna lögmálinu um aðdráttarafl Sacred Code 87949. Þeir munu laða að sérstakri náð þessara 7 anda, þeir munu mjög auðvelda birtingarmátt þeirra, svo að þeir geti náð markmiðum sínum. Kvótinn sem þú munt bjóða er ætlunin að vera jákvæð.) Englarnir eru: Imael, Orael, Saniel, Urael, Minael, Somael og Arsiel.

-Spiritual Mentor Program: Neville Goddard (1905-1972)....Sacred Code

61571. Neville getur hjálpað okkur að sjá fyrir okkur. Hann var meistari í þessu efni. Flestir hafa hindrað sjónrænt vald og það er erfitt fyrir þá að byggja upp andlegar myndir. Við verðum að vera viss um að ef við vinnum með Neville mun hann hjálpa okkur og hlusta.

-VIRKJA SJÁLFVIRKA RITUN ....Heilagur kóði 6726

-Rásun (auðvelda).....Heilagur kóða 499

-Clairaudience (aukning)..... Sacred Code 777

-Skyggnleiki (þróa).... Heilagur kóði 70225,2315 og 1618

-Þróun fjarkvilla... Heilagur kóði 19813

-Þróa miðlungs færni...Heilagur kóði 58829

-Þrá að vera læknaður...Heilagur kóða 111500. Hann er notaður hjá fólki sem telur að sjúkdómur hafi ávinning í för með sér og hindrar alla hjálp meðvitað eða ómeðvitað.

-Náttúrulegar gjafir (Ruth of Andromeda)... Heilagur kóða 49816

-Blóm lífsins...Heilagur kóði 3366. Hver sem vill þróa skýrhlustun og skyggni, notaðu fljótt hið mandalíska form sem kallast Lífsblómið. Horfðu vel á þá mynd, eins og þú viljir sökkva þér niður í titringssvið hennar, og áðurnefndir hæfileikar munu opnast þér. Þeir sem starfa á sviði dowsing, lesa upplestur sína með lífsins blóm undir pendúlnum. Eflaust verða greiningarnar þínar nákvæmari.

-Túlka ritningarstaði, tákn og óþekkt tungumál...Heilagur kóða 19996

-Höndayfirlagning (möguleg áhrif af). Heilagur kóða 1515

-Innsæi... Heilagur kóði 811

-Kraftaverk....Heilagur kóða 4418 og 1913. Í boði Merlin til að fá kraftaverk.

-Til að hlynna að túlkun á Tarot.... Heilagur kóða 1133

-Fyrir meðvituð Astral Travel... Sacred Code 729

-Fjarlægandi hugsun (mikilvægt)... Heilagur kóða 580

-Psychometry... Sacred Code 251212. Þeir munu læra að fanga orku fólks, staða og hluta.

-Efla Reiki...Heilagur kóði 1515

-Dowsing (fá rétt svör)... Sacred Code 579

-Akashic Records (sláðu inn)... Sacred Code 9871

-Meðvituð öndun... Heilagur kóði 2500. Þessi eina aðgerð mun festa þig í núinu, hún tengist okkur varanlega.

-Fjarlækning....Heilagur kóði 110834

-Telekinesis.... Heilagur kóði 680

-Vehicle Merkaba (virkja).....Sacred Code 360

ORKUSTÖÐVAR

-Englar orkustöðvanna... Heilagur kóði 996

-Sky star chakra.... Sacred Code 56 (yfir höfuð, eterískur líkami).

-Chakra 1..... Sacred Code 760

-Chakra 2..... Sacred Code 451

-Chakra 3..... Sacred Code 293

-Chakra 4..... Sacred Code 741

-Chakra 5..... Sacred Code 986

-Chakra 6..... Sacred Code 505

-Chakra 7..... Sacred Code 204

- Stjörnustöð jarðar... Heilagur kóði 264 (undir fótum, innra með jörðinni).

LÍF OG DAUÐI

-STYTTU ÞANN TÍMA SEM varið er á Planet Sacred Code 72718. Hver sem notar þetta númer, með sérstakri náð, mun stytta líf sitt á plánetunni. Það eru sálir sem vilja fara, með þessari tölu munu þeir draga úr tíma sínum hér.

-Engill lífsins heilagur kóða 887

-Sjáðu sálir í hreinsunareldinum fyrir hjálp... Heilagur kóði 44197: Hver einstaklingur fær úthlutað 3 „sálum í hreinsunareldinum“. Eins og kunnugt er, skildu þessar sálir eftir ólokið mál í síðasta holdgervingi, og ef svo má að orði komast, varð seinkun á framgangi þeirra. Þetta ástand hefur þá fast í því sem kallast "Purgatorial Lakes". Samkvæmt lögmálinu um aðdráttarafl geta þessar sálir hjálpað okkur, vegna þess að málefnin sem þau skildu eftir eru þau sömu og hvert og eitt okkar hefur í vinnslu. rökrétt

Það er ekki nauðsynlegt að fá allar 3 sálirnar. Það er aðeins fyrir þá sem vilja nota þá.

-Sorg og missir Sacred Code 1962

-Dánardagur Heilagur kóði 62116. Hver sem notar þetta númer mun dagsetning "dánar" hans verða opinberuð. Í raun og veru er dauðinn ekki til, sem þýðir að þér verður sagt skýrt hvenær þú ætlar að afhýðast.

-Fáðu rólegan dauða heilaga kóða 6215

-Innri Peace Sacred Code 1. Hjálpaðu einhverjum sem er að deyja

-Til að takast á við sorg og missi ástvinar. Sacred Code 1962

-Biðjið um sálir í hreinsunareldinum Sacred Code 44197

-Fólk sem hefur framið sjálfsmorð Sacred Code 72952

-Fáðu allt sem foreldrar þeirra gátu ekki gefið þeim á meðan þau voru holdgerd...Heilagi kóðann 18000. Þessi kóði er frábær, því hann gerir foreldrum frá einingu andans kleift að hella út straumi af blessunum yfir þá sem voru þeirra börn í þessari holdgun. Þegar ég tala um blessanir eru þær alls konar aðstoð, þar á meðal efnislegar þarfir. Foreldrar þessara sálna þrá af öllu afli að geta beitt börnunum sínum, þar sem ekki eru lengur samningar sem takmarka þau, og ástin sem þau geta boðið þeim er yfirfull, án stranda.

-Vita hvort manneskja er á lífi eða dáin Sacred Code 33020

- Líkamslausar verur Sacred Code 100

-Ástvinir sem ekki eru líkamlegir...Heilagur kóði 21315 og 718. Þér mun líða eins og aldrei fyrr nærveru og hjálp ástvina þinna sem eru líkamlegalaus, sem munu leiðbeina þér jafnvel í minnstu smáatriðum daglegs lífs og gefa þér merki.

TÖLVUR

-Tölvur Sacred Code 1900. (Notaðu þennan kóða áður en þú byrjar að vinna á tölvunum þínum, þú verður laus við rafsegulmengun og ósýnilega skaðlega orku).

-Tölvur (Ef um undarlegar bilanir er að ræða...Sacred Code 052. Það er líka hægt að nota það í önnur tæki.

-Tölvur (bilun í tengingu, engin tenging)... Heilagur kóði 177

LÆKNA DÝRIN

Almennt

-Og yfirgefin dýr (aðdráttarafl forráðamanna til ættleiðingar).... Heilagur kóða 2008 og 3050

-Dýr (ónæmi fyrir sjúkdómum)....Heilagur kóða 313. Þetta gerir ráð fyrir

Hluti af eiganda dýrsins, bestu umhverfisaðstæður og rétt hreinlæti.

-Dýr (vernd gegn lítilli orku)... Heilagur kóða 415

-Aðdráttarafl leiðbeinenda fyrir dýr.... Sacred Code 2008

-Vörn fyrir dýr.... Heilagur kóði 52798

kettir

-Blóðleysi....Heilagur kóði F-145

-Nýrasteinar... Heilagur kóði 6931

-Krabbamein....Heilagur kóði L-120

-Der í köttum.... Heilagur kóði 3120

-Blöðrubólga... Heilagur kóði 21400

-Tenging við sál katta... Heilagur kóði 66925

-Sársauki....Heilagur kóði 157-X

-Liðverkir hjá köttum...Heilagur kóði 1613

-Skortur á matarlyst hjá köttum...Heilagur kóða 1571

-Bólgnir kirtlar í köttum... Heilagur kóði 881

-Gingivitis í munni katta...Heilagur kóði 5527

-Lifur....Heilagur kóði 721-M

-Hjartabilun hjá köttum...Heilagur kóði 6060

-Hvítblæði...Heilagur kóði X-420

-Maghnúðar...Heilagur kóði 2531-X

-Vindindahnúðar...Heilagur kóði 827-X

-Sár í munni katta... Heilagur kóði 88821

Hundar

-Blóðleysi í hundum....Heilagur kóða 801
-Mjaðmir vegna aldurs... Heilagur kóði F-715
-Krabbamein í hundum ..... Heilagur kóði 2412
-Róaðu niður árásargjarna hunda... Heilagur kóði 282
- Drer í hundum.... Heilagur kóði 6053
-Blöðrubólga í hundum.... Heilagur kóða 1190
-Liðverkir hjá hundum... Heilagur kóði 1181
-Lungnaþemba....Heilagur kóði F-306
- Flogaveiki og flog... Heilagur kóði F-744
-Ticks.... Sacred Code 1639
-Gyllinæð í hundum Sacred Code F-231
- Sveppir helgikóði 102
-Lifur í hundum... Heilagur kóði F-728
-Hjartabilun hjá hundum Sacred Code 1218
- Canine Distemper Sacred Code 670
-Lömun hjá hundum....Heilagur kóði F-180
-Parvoveira í hundum... Heilagur kóði F-214
-Hryggjavandamál hjá hundum Sacred Code 618
-Flóar á dýrum Sacred Code 1520
-Gigt....Heilagur kóði T-729
-Nýr í hundum Sacred Code 539
-Kláðahringur í hundum Sacred Code 0517

kraftdýr

-Býflugur helgikóði 861

- Örn heilagur kóða 179

- Armadillo Sacred Code 729

-Buffalo Sacred Code 821

-Ugla helgikóði 21

-Hvít ugla...Heilagur kóði 01. Hér tala ég um ugluna sem kraftdýr. Sá sem notar þetta númer mun finna fyrir gríðarlegri vernd Hvítu uglunnar og getu hennar til að hætta við áætlanir þriðja aðila sem vilja skaða þig á einhvern hátt.

-Heilagikóði 315

-Zebra sem Totem eða Power Animal Sacred Code 384

-Kengúru helgikóði 159

-Silfur Cobra Sacred Code 616

-Kolibrífuglinn heilagur kóða 620

-Höfrungar helgikóði 701

-Dragon Sacred Code 020

-Fílahelgikóði 21

-Sacred Code 94

-Kríkket sem Power Animal Sacred Code 734

-Falcon Sacred Code 30

-Maur heilagur kóða 28

-Giraffe Sacred Code 374

-Leon....Heilagur kóða 89

-Hlébarði....Heilagur kóði 757

-Hvíti úlfur....Heilagur kóði 664

-Mandrill....Heilagur kóði 515

-Fiðrildi.... Heilagur kóða 33

-Svartfugl....Heilagur kóði 526

-Fuglar... Heilagur kóði 52114

-Black Panther.... Heilagur kóða 524 og 789

-Fiskur...Heilagur kóða 2120

-Pegasus... Heilagur kóði 100100 og 00315
-Hundur.... Heilagur kóða 61
-Rhinoceros.... Heilagur kóði 424
-Snake... Sacred Code 615
-Tiger.....Heilagur kóða 596
-Hvítur tígrisdýr.... Heilagur kóði 681
-Skjaldbökur...Heilagur kóði 089
-Einhyrningur.... Heilagur kóði 7 og 14147

Lönd, heimsálfur og höf

-ENGLAKRAFTAR... HEILAGUR kóða 70-27. Það er her engla sem heitir Powers, sem þú getur farið til til að breyta ástandinu í heiminum, og trúðu mér að þeir séu áhrifaríkir og kraftaverkir.

-Kólumbía... Heilagur kóði 01
-Venesúela...Heilagur kóði. .... Heilagur kóða 02
-Argentína....Heilagur kóði......Heilagur kóði 03
-Chile...Heilagur kóði. .....Heilagur kóða 04
-Perú....Heilagur kóði......Heilagur kóði 05
-Mexíkó...Heilagur kóði. ....Heilagur kóða 06
-Japan....Heilagur kóði. .... Heilagur kóða 07
-Panama... Heilagur kóða 09
-Costa Rica....Heilagur kóða 011
-Ekvador.... Heilagur kóði 012
-Bólivía... Heilagur kóði 013
-Úrúgvæ... Heilagur kóði 014
-Paragvæ....Heilagur kóði 015
-Brasilía... Heilagur kóði 016
-Ástralía... Heilagur kóði 017
-Frakkland....Heilagur kóða 019
-Bandaríkin....Heilagur kóða 020
-Kúba...Heilagur kóði 022
-Pólland... Heilagur kóði 023
-Sýrland.... Heilagur kóða 028
-Evrópa..... Heilagur kóða 620
-Asía....Heilagur kóða 30
-Afríka....Heilagur kóða 94
-Ameríka....Heilagur kóða 45
-Oceania....Heilagur kóða 116
-Kyrrahafið...Sacred Code 200

-Atlantshaf...Heilagur kóði 250
-Indlandshaf...Heilagur kóði 300
-Suðurskautshafið....Heilagur kóði 350
-Íshaf....Heilagur kóði 400

plánetan jörð og umhverfi hennar

-Vatn og matur...Heilagur kóði 091

-Engill jarðar... Heilagur kóða 331

-Styðjið móður jörð...Heilagur kóði 88845. Ef hver sál frá heimili sínu og á þeim tíma sem hún velur, endurtók þennan helga kóða, myndi það virkja öfluga samstöðuorku sem myndi forðast mörg áföll og hygla plánetunni.

-Tengstu jörðinni... Heilagur kóði 625

-Komur á tengingu við móður jörð..... Heilagur kóða 222

-Úrkomurigning....Heilagskóði 112258. Á stöðum þar sem miklir þurrkar eru. Áhrif þess aukast ef þeir kalla Veðurenglana.

-Til að sólin komi upp...Heilagur kóði 465. Þessi kóði er notaður þegar það er rigning

langvarandi.

-Rusl í vötnunum.... Heilagur kóði 929

-Kóðar fyrir heilsu konungsríkisins:

- Dýrahelgikóði 290
- Planta helgikóði 316
- Mineral Sacred Code 720

-Umhverfismengun...Heilagur kóði 25450

-Varð á illgresi og meindýrum... Heilagur kóði 379, 434 og 643

-Olíusleki.....Heilagur kóði 818

-Jarðvegsmengun og PH jafnvægi...Heilagur kóði 15027

-Avmengun vötnanna.... Heilagur kóði 52127

-Avmengun á ám... Heilagur kóði 82030

-Hreinsun sjávar... Heilagur kóði 7521

-Hreinsun á tjörnum... Heilagur kóði 82031

-Að hjálpa dýrum sem „deyja“ í eldsvoða og náttúruhamförum.... Heilagur kóði 4418

-Stjórn orma í plantekrum...Heilagur kóði 1412

-Veldu ávinning fyrir hvaða plöntu eða ræktun sem er.... Heilagur kóða 1616. Það er eins og við borguðum hann.

-Engill Carona....Heilagur kóði 52137. Þessi engill kennir þér að vernda þig ef stormur og stormar koma upp.

-Angel Raaschiel...Sacred Code 65. Hann er notaður ef jarðskjálftar verða.

-Englar veðursins... Heilagur kóða 757, 758 og 759

-Englar náttúrufyrirbæra. Heilagur kóða 775

-Auka stærð í ávöxtum og grænmeti... Heilagur kóði 069

-Innhúsplöntur... Heilagur kóði 1901

-Garðplöntur....Heilagur kóða 2114

-Tré... Heilagur kóði 620

-Fuglar (Skógarþröstur)......Heilagur kóði 3070

-Mjólkurkýr... Heilagur kóði 100699

-Moss Agate.....Heilagur kóða 526

-Ametist...Heilagur kóði 52318

-ANGELITA...HEILAGUR kóði 75334

-Sítrín....Heilagur kóða 8814

-Carnelian....Heilagur kóða 2190

-Kristalkvars......Heilagur kóði 219

-Rósakvars....Heilagur kóða 1718

-Jade... Heilagur kóða 1527

-Rauður Jaspis... Heilagur kóði 111334

-Lapiz lazuli.... Heilagur kóði 52277

-Black Obsidian... Heilagur kóði 8228

-Peridot.... Heilagur kóða 216

-Bull's Eye gimsteinn.....Heilagur kóði 2715

-Onyx.....Heilagur kóði 715

-Svart túrmalín.... Heilagur kóði 7777777

-Endurforritun á erfðameðhöndluðum fræjum...Heilagur kóða 191329

-Chemtrails og Haarp... Sacred Code 457

-Til að lýsa upp valdhafana á jákvæðan hátt.... Heilagur kóða 4972

heima plánetur

-Móðir María í ákalli hennar um Frú okkar af kraftaverkamerkinu... Heilagur kóði 27 eða 927. Með þessum lögum mun speki sem er ekki frá jörðu verða send til þín, svo að þú getir beitt henni á þínum degi til að dagur. Þeir sem ekki vita enn hvaða plánetu þeir tilheyra, leggja beiðnina til mín og ég mun upplýsa þig.

-Ageon... Sacred Code 001

-Sirius.... Heilagur kóða 002

-Pleiades.... Sacred Code 003

-Andromeda....Heilagur kóði 004

-Orion.... Heilagur kóða 005

-Mars....Heilagur kóða 006

-Arcturus....Heilagur kóða 007

-Venus....Heilagur kóði 008

-Fjóla....Heilagur kóði 009

-Oasibeth....Heilagur kóði 0010

-Alpha Centauri Star System....Heilagur kóði 0011

-Jörðin....Heilagur kóði 0014

SÓLKERFI

-Tenging við sólina...Sacred Code 1

-Tunglið.... Heilagur kóða 547

-Tenging við tunglið.....Heilagur kóða 2

4. Verur hins guðdómlega ríkis

Uppspretta (Faðir skapari alls)

-THE SOURCE ... SACRED Code 111 og 883. Hann er opinberaður í gegnum The Inner Voice

-Gullhvítur geisli hins guðdómlega föður....Heilagir kóðar 1111

-Silfur platínugeisli hinnar guðdómlegu móður... Heilagur kóða 3333

-Elskulega nærvera ég er....Heilagur kóða 636 og 464. Nærveran sem kynnir þig fyrir þeim heimi sem þig dreymdi alltaf um, ég er endalok þjáningar og uppfyllingu þrá hjarta þíns.

-Hærra sjálf...Heilagur kóði 864

Jesús og vígslur hans

-JESÚS....HEILAGUR KÓÐA 41933. Jesús, eins og Móðir María, hefur almennan kóða, en notar aðra kóða í ákalli sínu eða hliðum.

-Blóð Krists.... Heilagur kóða 111

-Sár (sár) Krists..... Sacred Code 950

-Heilög þrenning..... Heilagur kóða 4972

-Barnabarn Jesú (meðtekið náð)....Heilagur kóða 144

-Jesúsbarn...Heilagur kóða 144. Fyrir örvæntingarfullar aðstæður og til að beita honum fyrir börn.

-Jesúbarn frá Atocha...Heilagur kóða 701

-Jesús barn frá Prag...Heilagur kóða 689, 2733 og 1189

-Guðleg miskunn...... Heilagur kóða 7 og 2033

-Framlenging guðlegrar miskunnar... Heilagur kóða 18

-Sælar miklar sorgir...Heilagur kóða 515. Þessi tala er sprottin af mestu kærleika heilags anda. Það er til að milda miklar sorgir, hugga þær sálir sem þjást

Af hvaða ástæðu sem er. Hver sem notar það mun finna að þeir eru huggaðir í innilegasta hluta tilverunnar.

-Ónæmi fyrir hvaða sjúkdómi sem er ... Heilagur kóði 72249. Eins og gerði

Nánustu fylgjendur meistara Jesú.

-Drottinn af Luren (Perú)....... 2820

-Lady Nada (Mary Magdalene)....Heilagur kóða 771. Gyðja ummyndunarinnar.

-Judas Tadeo... Sacred Code 16700 og 45600. Það er hægt að kalla það í eftirfarandi tilvikum eða aðstæðum: Misnotkun, örvænting, huggun, árangursríkar samningaviðræður, Raunveruleg þekking á Jesú.

-Juan...Heilagur kóða 334 og 425. Heilsa og velmegun, Árásir gegn líkamlegri heilindum, Hjálp til þeirra sem leiðbeina, Frelsun frá hættum, Þekking á Móður María.

-Santiago hinn meiri...Heilagur kóði 16699. Vernd 5 líkamlegra skynfæranna, Þróun krafts hins talaða orðs, Hjálpa þeim sem starfa á sviði dowsing, Fylgjast með í ferðum.

-SANTIAGO THE MINOR...Sacred Code 16701. Veitir frið í kringum sig, eignast góða vini, hjálpar til við að gera réttlæti, nær árangri og getu í bænum.

-Felipe...Sacred Code 826. Hjálpar körlum að finna lífsförunaut og konum lífsförunaut, Bætir mannleg samskipti, Laðar að sér græðara og lækningaaðferðir.

-Bartolomé....Heilagur kóði 576. Hjálpar til við að losna við „gömlu orkuna", Laus við „falstrú", Hjálpar til við að finna holla staði og góðan titring til að borða.

-Pedro...Sacred Code 591. Veitir vernd, Eykur trú.

-Simón...Heilagur kóði 661. Fær góð samskipti við nágrannana, veitir friðsælan og rólegan svefn, Hjálpar fólki með húðvandamál.

-Tómas...Heilagur tölukóði 15573. Laus við svik og gildrur, laða að Guðdómleg miskunn.

-Andrés...Sacred Code 8914. Hjálpar til við að bæta fjölskyldusambönd, bætir geðheilsu með því að kenna fólki að skemmta sér.

-Mateo...Sacred Code 212. Fáðu leiðbeinendur í fjármálum, Kennir rétta meðferð peninga, Hjálpar til í öllu sem tengist Upplýsingatækni.

-Matías...Heilagur kóði 21513. Gefur von, Veitir ró hverjum sem þess óskar.

-Sara (dóttir Jesú) Sacred Code 61124. Ég er ein af hreinustu tjáningum guðdómlegrar ástar, ég var valin til að birtast á þessum tíma. Ég er kominn til að þú, sérstaklega þeir sem ekki finna fyrir ást, skynjið ást til allra stigunum.

-Jaime (bróðir Jesú)....Heilagur kóða 68114

-Marta (vinur Jesú, systir Lasarusar) Heilagur kóða 527. Gefur gjöf trúarinnar, hæfileikann til að þora, taka áhættu

-Legrashogua....Heilagur kóða 1596. Einn af kennurum Jesú Krists.

-Heilagur gral...Heilagur kóða 114. Þeir munu tengjast orku hins heilaga grals og munu þekkja sanna sögu Jesú Krists og nánustu þjóna hans. Fyrrnefndur kóða mun einnig leyfa þér að upplifa mjög náið samband við meistara Jesú og hljóta óendanlega blessun hans. Þeir munu líka vita hver María Magdalena var og er, og hlutverkið sem hún gegnir með upprisnum sálum.

Móðir María og vígslu hennar

-CHILDHOOD OF MOTHER Mary Sacred Code 521. Í gegnum þetta númer geturðu fengið sérstakar og einstakar gjafir frá henni.

- Friðarfriðurinn helgikóði 1710

-Móðir María...Heilagur kóða 333. Móðir Jesú, kosmísk móðir. verndari

Heilun

-Móðir María...Sacred Code 212019. Sá sem notar þetta númer mun opinbera gagnleg og mikilvæg leyndarmál.

-Englar fylgja Móður Maríu...Heilagur kóði 5533

-Móðir María í ákalli hennar um frú okkar af Caacupe...Heilagur kóða 52190

-Móðir María í ákalli hennar um frú okkar af Karmelfjalli....Heilagur kóða 1516

-Móðir María í ákalli hennar um hinn flekklausa getnað...Heilagur kóða 2614

-Móðir María í vígslu sinni sem Frú huggunar okkar....Code

Heilagt 12573.

-Móðir María í ákalli hennar um frú okkar af Coromoto...Sacred Code 1615

-Móðir María í vígslu sinni (Divina Pastora)....Heilagur kóða 2070

-Móðir María í ákalli hennar um Frú vorrar sorgar...Heilags kóða

58721

-Móðir María í vígslu sinni til Frúar okkar af Guadalupe...Sacred Code 12

-Móðir María í ákalli hennar um frú okkar af Loreto...Sacred Code 373 og

1211

-Móðir María í vígslu sinni til Frúarinnar af kraftaverkamerkinu... Code

Heilagur 27 eða 927.

-Móðir María í ákalli hennar um Maríuhjálp kristinna manna...Heilagur kóða 115

-Móðir María í ákalli hennar (La Candelaria) 63

-Móðir María í vígslu sinni til Frúar okkar af Lourdes...Heilagur kóða 1201

Móðir María í ákalli hennar um frú okkar af Lourdes...Heilagi kóði 721. Þessi kóði er til að vinna á langvinnum sjúkdómum.

-Móðir María í ákalli hennar um konu okkar í Mercedes Sacred Code

13000. Við getum hringt í hana í dag og alltaf með þetta númer.

-Móðir María í þætti sínum eða ákalli frúar vorrar af Monserrat... Code

Heilagt 32010

-Móðir María í vígslu sinni til Frúar rósakranssins...Heilagur kóði 7611. Þessi kóði veitir stórkostlega vernd gegn slysum.

-Móðir María í vígslu sinni til Frúar hins heilaga hjarta... Code
Heilagt 844.

-Móðir María í vígslu sinni til Frúar okkar af Urkupiña...Heilagur kóða 559

-State of reverie...Sacred Code 27. Móðir María: Það er ákjósanlegt á tveimur augnablikum: á morgnana, þegar þeir eru enn í rúminu og verða varir við að vakna, eru þeir hvorki sofandi né vakandi; Þetta er þar sem þú verður að endurtaka kóðann minn andlega eða sem hvísla. Þegar ég fer aftur að hugmyndinni, þá kemur augnablik á morgnana þegar þau eru hvorki sofandi né vakandi, þau eru að fara að vakna og opna augun. Það er þar sem þeir verða að endurtaka siðareglurnar. Að dreyma ef þú vilt er svefnlyf þar sem undirmeðvitund þín hlýðir þér og er mjög móttækileg. Á morgnana (þetta er það sem ég útskýrði fyrir þér), og á kvöldin. Það er stund þegar þeir búa sig undir hvíld, þegar þeir eru að fara að sofna; Þeir eru ekki enn sofandi, né eru þeir vakandi. Í því milliástandi verður þú að segja kóðann minn sem hvísl eða andlega.

Hvað er dásamlegt við þetta Ástin mín? að alla nóttina muni siðareglur virka fyrir þig. Þegar hann sofnar er síðasta hugsun hans hinn heilagi siði. Þetta er frábært vegna þess að þeir geta breyst hratt og sýnilega. Með tímanum munu þeir rísa upp ferskir og glaðir, fullir af lífsþrótti. Þeir munu sofa auðveldara og sjá áberandi breytingar í lífi sínu.

Dýrlingar

-HEILAGUR ÁGÚSTÍNUS frá Hippo...Heilagur kóða 100

-San Antonio de Padua.....Sacred Code 858 (Hann er endurheimtir tapaðra eigna).

-Sankti Benedikt.....Heilagur kóði 26123

-San Cayetano....Sacred Code 817. Það mun tryggja efnislega og andlega næringu þína.

-Sankti Katrín af Bologna ..... Heilagur kóði 26700

-San Ceferino Namancura....Heilagur kóði 1615

-Saint Charbel.....Heilagur kóða 799

-San Cristóbal.....Heilagur kóða 918

-Saint Cone....Heilagur kóði 199

-Heilagur her huldu heilagra... Heilagur kóði 654

-San Expedito.....Heilagur kóði 454545 eða 92. San Expedito sinnir brýnustu málum okkar sem þarfnast tafarlausrar úrlausnar og myndu valda miklum skaða ef þeim yrði frestað.

-Santa Filomena...Sacred Code 127, 59942, og 1998. Krafturinn sem hann hefur og undur sem hann gerir er svo mikill að hann hefur þrjá kóða. Auk þess er hún falleg.

-Heilagur Frans frá Assisi...Heilagur kóða 521

-San Francisco Solano....Heilagur kóða 1570

-Gem Galgani.....Sacred Code 665

-Heilög Hildegarde af Bingen...Heilagur kóði 1679

-Heilagur Ignatíus frá Loyola...Heilagur kóða 614

-San Judas Tadeo ..... Sacred Code 16700 eða 45600. Með vissu um að fá skjóta og sýnilega aðstoð. Hver og einn biður sál sína að fara með hann í kvöld til Etheric Retreat þessa

Great Being, staðsett á svæðinu Armeníu (Rússland). Ekki láta þetta einstaka tækifæri framhjá þér fara.

Judas Tadeo hjálpar í alvarlegustu þrengingum og hefur kraft til að gera kraftaverk).

-Saint Laura Montoya...Heilagur kóða 445

-Heilagur Lasarus (bróðir Mörtu, vinar Jesú)....Heilagur kóða 528.

-Saint Lucia....Heilagur kóða 98

-Santa María de la Rábida....Heilagur kóði 1122

-Saint Martin de Porres.....Sacred Code 994. Þessi sál er stórkostleg. Hinar deyjandi einingar myrkranna hafa reynt að skaða lækningar sem Raphael erkiengill hefur gert og þessi dásamlega vera hefur komið í veg fyrir það. Ég mæli með að heimsækja Etheric Retreat hans. Sá sem gerir það fer ekki tómhentur.

-Saint Pancratius....Heilagur kóða 1670

-Saint Patrick....Heilagur kóða 39

-San Ramón Nonato...Heilagur kóði 424. Það hjálpar okkur að ganga ekki á óþægilegum leiðum sem við höfum upplifað án árangurs við sum tækifæri.

-Santa Rita....Heilagur kóði 52550

-San Roque.....Heilagur kóði 556.Fyrir hvaða smitsjúkdóm sem er, Þessi Vera ljóssins er mjög trú og samúðarfull.

-Saint Teresita de Lisieux.....Heilagur kóða 2 og 2020. Hver sem vill fljúga hátt og hratt, leitaðu verndar ástkæru dóttur minnar Teresita de Lisieux, hún er sérfræðingur í hraða. Hún

HÚN HEFUR SAGT AÐ HÚN vilji eyða himni sínum í að gera gott við jörðina og rósirnar eru tákn hennar. Hún hefur sagt mér að hægt sé að nota kóðann hennar fyrir alls kyns aðstæður. Hann leggur til við sjálfan sig að á meðan við endurtökum siðaregluna sjáum við fyrir okkur rósir í viðkomandi líffæri eða ástandi sem á að meðhöndla. Ég krefst þess að kóðinn þinn sé fyrir allt sem þér dettur í hug.

-Teresita de Lisieux....Sacred Code 04. Þegar þér finnst að ákvörðun verði tekin þar sem þú verður fyrir skaða. Það er sérstakt númer sem hún gefur okkur fyrir ákveðin tilvik.

englaríki

-SERAFIM...HEILAGUR kóði 211. Þessar verur geta verið kallaðar til ef upp koma jarðskjálftar, slys eða hvers kyns náttúruhamfarir. Þeir geta veitt fólki sem þjáist af þessum hörmungum mikla léttir. Hvert sem er okkar getur hringt í þá með númerinu sem nefnt er og þeir fara þangað sem við sendum þá.

-Kerúbbar...Heilagur kóði 315. Þeir eru mjög hjálplegir þegar um er að ræða þreytu og þreytu. Þessar aðstæður gera fólk auðvelt að bráð kvíða. Kerúbar geta endurheimt hugarró og sátt.

-Trónar...Sacred Code 809. Þeir geta hjálpað okkur að finna góða vini og leysa vandamál með fólki. Þeir lækna sársaukafullar minningar sem orsakast af misvísandi samböndum.

-Drottningar...Sacred Code 2510. Þessir englar eru sérfræðingar í að hjálpa okkur að

Hlustaðu á hjartað og greindu raddirnar sem flögra í huganum.

-Dyggðir...Sacred Code 901. Þeir sjá um að lækna jörðina. Við getum sent þær á staði sem maðurinn eyðileggur, sérstaklega þá sem tengjast náttúrunni. Öll vinna sem við vinnum í þessu sambandi er gagnleg.

-Powers...Sacred Code 457. Hlutverk hans er að útrýma neikvæðni, slæmum titringi,

Baráttan við "myrku" öflin. Kinaya Sakwa frá Ageon tilheyrir þessum kór.

-Höfuðveldi...Sacred Code 670. Þeir hafa umsjón með borgarhlutanum. Við getum beðið þá um áþreifanlega aðstoð fyrir staðinn þar sem við búum, jafnvel fyrir hverfið okkar.

-Erkienglar: Ég hef þegar talað um þá í smáatriðum, þeir eru margir. Eins og er eru 999 í

Planet, og þeir sjá um að láta guðdómlegt réttlæti skína.

-Englar...Heilagur kóða 294. Hér eru verndarenglarnir og þær milljónir engla sem vinna daglega fyrir allar manneskjur. Við getum falið þeim ákveðin verkefni.

engla

-7 ANGELS OF VIOLET Fire...Sacred Code 5293. Erkiengill Zadquiel hefur boðist til að senda þá til hvers sem óskar eftir þeim.

-Englar...Heilagur kóði 44. Að laða að hjálp og losna við lágar einingar sem reyna að halda sig við aura okkar.

-Angel Abel...Sacred Code 784. Hvítur engill frá plánetunni Sirius. Sá sem býður þér öðruvísi og fallega víðmynd, sá sem er tilbúinn að búa til kraftaverkalausn fyrir þig.

-Angel of Abundance (Abundia)....Sacred Code 71269. Þessi engill er ástúðlegur og bjargar sálum frá fátækt. Hann gefur okkur skilaboð í draumum og sér um það sem við höfum verðmæti.

-Englar gnægðsins... Sacred Code 1929. Fjölmargir hópar engla. Þeir

Þeir bíða eftir skipunum þínum til að grípa til aðgerða.

-Englar gnægðsins...Heilagur kóða er 4972. Við erum boðberar loga sólarinnar, brú milli hins guðlega og jarðneska.

-Hröðun engla... Heilagur kóða 2080. Sálin hefur áætlun og ef hún getur ekki framkvæmt hana skaðar hún þróunarferli hennar. Þessir englar frelsa sálina frá glötun og fjarlægja karmískar, persónulegar og kosmískar hindranir. Sá sem ákallar þessar verur mun taka eftir því að mikill þungi er fjarlægður af herðum þeirra, þeir munu finna fyrir frelsi, vellíðan og þeir munu sannreyna að Guð og alheimurinn séu við hlið þeirra en ekki á móti þeim.

-Ángel Afrei....Sacred Code 3720. Hann er ein af þessum verum sem, þegar hann kemur inn í líf okkar, fyllir það með töfrum og fallegum hlutum.

-Anichiel Angel...Sacred Code 844. Þessi engill er vörn gegn árásum karmískra óvina hans sem þegar sáu ósigur hans.

-Angel Adonaiel Sacred Code 32511 og 727. Taktu próf

-Angel Alagill Sacred Code 52511. Þessi engill gefur okkur algjöran árangur í vinnunni

-Angel Amiel Sacred Code 339

-Angel Anephaxetón....Sacred Code 1913. Hjálpar til við að stjórna merkaba þínum og birtast

Óskir þínar, ásamt englunum frumefni og fjórþætti.

-The Arelim (Warrior Angels of White Fire)....Sacred Code 614. Öflugasta sveit himneska hersins Michaels erkiengils.

-Angel Areniel...Sacred Code 411. Þessi engill er ráðgjafi á sviði reikninga og talna. Þú getur beðið um aðstoð þegar þú þarft að halda bókhaldi, eða þú vilt fá smá reiprennandi og þekkingu á stærðfræði.

-Englar hinnar ýtrustu og viðkvæmustu samúðar....Heilagur kóða 78631. Þeir munu gera þig

Fyrirtæki á sama augnabliki og þeir bera fram kóðann sinn.

-Englar sem stjórna lögmáli aðdráttaraflsins....Heilagur kóða 87949. Imael, Orael, Saniel, Urael, Minael, Somael, Arsiel. Að laða að sérstakur náð; Þeir munu auðvelda birtingarmátt þeirra. Kvótinn er áfram jákvæður.

-Amelee Angels Sacred Code 8887. Þessa engla er hægt að kalla fram þegar um er að ræða mikinn ótta og vonleysi.

-Englaást...Heilagur kóði 70-27. Finndu nálægð mína og njóttu orku minnar, ég

-ANGEL ANAUEL...SACRED Code 379. Hann er engill viðskipta- og kaupsýslumanna.

-Alsemiyat....Heilagur kóði 72599. Yfirmaður eldstríðsmanna, þessi engill léttir á fólki sem er kúgað og þjáist af hvaða ástæðu sem er. Sá sem leysir þá undan anda glötunarinnar og eymdarinnar og slítur fjötrana sem kúga þá.

-Angel Asinel Sacred Code 53728. Reglur hamingju og hver sem tengist honum mun skynja jákvæð áhrif hans. Það opinberar okkur leyndarmál trúarinnar og kennir okkur að uppgötva falda óvini.

-Angel Astriel...Sacred Code 2430. Það er ein mesta hjálpin gegn líkamslausum karmískum óvinum. Vera ljóss sem sérhæfir sig á þessu sviði og hefur heilagur kóði.

-Angel Aurora....Sacred Code 774 Til að halda þessum ljósum kveikt í þér, og líf þitt breytist verulega.

-Angel Bagoloni...Sacred Code 2194. Sendu fjarskipti, hugsanasending á þessum tíma.

-Ángel Barachel Sacred Code 311. Hjálp við lagaleg vandamál.

-Angel Bath Kol...Sacred Code 62030. Sá sem býður þér að framkvæma það sem þú hefur lært, sá sem kennir þér að uppgötva kraftaverk.

-Englar vellíðan...Heilagur kóða 607

-Hvítir englar á sýrlensku plánetunni.... Heilagur kóða 559. Þú getur laðað titring okkar líka í gegnum 91. sálm.

-Angel Cambriel....Heilagur kóða 286. Engill janúarmánaðar

-Angel Barchiel...Sacred Code 69. Engill febrúarmánaðar

-Ángel Carona....Heilagur kóði 52137. Hann kennir þeim að verja sig fyrir stormi og stormi.

-Angel Cerviel...Sacred Code 489. Verndari engill Davíðs konungs, sá sem með kraftmikilli hjálp minni sigraði risann Golíat

-Colopatirón Angel...Sacred Code 615. Þessi engill gefur gjöf sjálfstæðis. Að vera sjálfstæður er að vera frjáls. Sá sem er háður einhverjum getur ekki verið "sami".

-Angel Cumael....Heilagur kóða 1122

-Engill Danijel....Heilagur kóða 62515. Engill guðdómlegs réttlætis. Farðu til hans ef þú finnur fyrir ósanngjarna meðferð á einhverju svæði.

-Englar veðursins....Heilagur kóða 757

-Englar dagsins....Heilagur kóða 55

-Englar Fönix Ave Nebula....Sacred Code 0447. Þeir eru varnarmenn af

Framúrskarandi, verndandi og ósigrandi stríðsmenn.

-Engill endurreisnar....Heilagur kóða 1

-Engil síðustu stundar...Heilagur kóði 1777. Orkan sem féll 23. ágúst leysti marga viljasamninga sem þú gerðir við aðrar einingar, ekki aðeins þessa, heldur önnur líf. Fólkið sem það hafði áðurnefnda samninga við getur horfið úr lífi sínu eða byrjar nýtt, öðruvísi samband við það sem byggir á nýju orkunni. Svo vertu meðvitaður og þú munt gera þér grein fyrir hvað mun gerast.

-Gullnir englar...Heilagur kóða 744. Babaji hefur sagt að þessir englar leysi erfiðar aðstæður, græði sárin sem koma í veg fyrir tilkomu velmegunar.

-Gullni engillinn Agustín,...Sacred Code 335 tengist orkunni minni

-Angel Elyasim...Sacred Code 123 og 215. Engillinn sem afhjúpar leyndarmál og opnar óþekktar dyr. Hann er einn af vörðum hjartans okkar. Hjartað er okkur óþekkt og þessi engill lætur okkur vita.

-Fylgdarenglar guðlegrar miskunnar...Heilagur kóða 7160. Ef þú ákallar þá,

Þeir munu hljóta marga greiða.

-Squad of fire warriors Sacred Code 82977. Öflugir englar til að leggja undir sig myrkuöflin.

-Englar heilags anda...Heilagur kóða 8887

-Englar náttúrufyrirbæra heilagur kóða 775

-Englar Florian helgikóði 1615

-Guardian Angels Sacred Code 525

Þessir englar tilheyra beltissvæði jarðar og eru, ef þú vilt, símarnir til að hafa samskipti við aðrar víddir:

-Angel Granona helgikóði 12179

-Englar móður Maríu...Heilagur kóða 901. Það eru mjög viðkvæmar sálir sem þjást mikið í þessum atburðum og hafa tilhneigingu til að sjá framtíðina með örvæntingu. Til að vinna gegn þessum tilfinningum farðu til þeirra.

-Angel Mennolika helgikóði 02412

-Angel Hanael...Sacred Code 23715. Engill desembermánaðar Orka hans er náskyld gyðjunni ISHTAR. Þessi mánuður er endanlegur í ferli plánetuuppstigningar, þess vegna er það forgangsverkefni að hringja í Hanael sem hefur það hlutverk að veita vernd gegn myrkri. Þessi engill kemur um leið og hann er kallaður til og tekur fljótt beiðnir okkar til Guðs.

-Angel Inael Sacred Code 55511. Gestgjafi engla hins eina

-Ángel Irín.... Helgikóði 1214. Sá sem huggar okkur í sorgum okkar

-Angel Jasel...Heilagur kóði 8914

-Engill Jasaiel frá Móður Maríu.....Heilagur kóða 1122. Telepathic engill, gjöf frá Drottni Karma

-Engill Jesael....Heilagur kóði 728. Hver sem ákallar mig mun verða studdur og ég, auk þess

Hjálpaðu þér að trúa, ég mun auka trú þína svo þú getir náð markmiðum þínum.

-Angel Katzachiel...Sacred Code 824. Að umkringja þig þögn, með endurminningum.

-Angel Kiliosa...Sacred Code 7248. Hjálpar í alvarlegustu neyðartilvikum.

Þessi vera er fær um að bjarga fólki frá persónulegu „óreiðu" sínu ef það biður um hjálp.

-Angel Maggid... Sacred Code 711. Engill réttlætisins sem opinberar þeim leyndarmál á meðan þeir eru í dáleiðandi trans.

-Angel Meher...Sacred Code 72130. Hann er engill samúðarinnar og hann hjálpar öllum þeim sem eru að ganga í gegnum erfiðar aðstæður.

-Engill Melekiel... Heilagur kóði 65124. Engill öryggisins

-Honey Angel...Sacred Code 254. Þessi engill auðveldar mjög samskipti við okkur.

-Engill Muriel.... Heilagur kóði 82010. Engill júnímánaðar.

-Ángel Negani... Sacred Code 28500. Opnar gríðarlega möguleika

-Ángel Nascela...Heilagur kóði 62174. Hjálpar öllum sem hafa sköpunargáfu sína lokaða og geta ekki séð almennilega fyrir sér og hjálpar til við að þróa hæfileika.

-Engill næturinnar... Heilagur kóði 880

-Ángel Opilón...Sacred Code 294. Þessi engill er bandamaður til að koma okkur í hag.

-Angel Orphiel...Sacred Code 639. Þennan engil er hægt að kalla fram á stöðum þar sem er mikill hávaði. Hann leggur sitt af mörkum til að friða umhverfið.

-Englar Pallas...Sacred Code 2639. Þessir englar eru meistarar í listinni

Innsæi. Sá sem vill þróa þessa deild hefur þegar einhvern til að kenna honum hana.

-Angel Parasiel... Sacred Code 515. Undirbúa veginn fyrir gnægð

-Primeumatón Angel....Heilagur kóði 443319. Hjálpaðu til við að stjórna merkaba þínum og birta langanir þínar ásamt anaphaxetón og fjórstafaenglunum.

-Angel Raaschiel...Sacred Code 65. Hann er notaður ef jarðskjálftar verða

-Ángel Redel... Sacred Code 127. Þegar þú þarft vitur ráðleggingar mun hann opinbera þér þau

-Ángel Remiel...Sacred Code 21700. Það hjálpar okkur að festa okkur við jörðina og tengjast líkamanum.

-Angel Roel Haipar... Heilagur kóði 72951

-Engill viskunnar...Heilagur kóði 7000000. Ég kalla mitt til 4 vindanna og hver sem hlustar á mig mun hafa heilagan anda viskunnar, mun sjá dýrð Guðs og mun skína með sterku ljósi mínu. Ég ákalla hugrekki til þeirra sem ákalla mig í einlægni.

-Englar sjöunda himins....Heilagur kóða 8819618

-Angel Samaral....Heilagur kóði 7293

-Angel Samandiriel... Sacred Code 11921. Engill ímyndunaraflsins

-Angel of Shambhala...Sacred Code 14721. Þessi engill er með her netþjóna sem sérhæfa sig á mörgum sviðum. Í hvert skipti sem þú þarft á þjónustu hans að halda skaltu biðja hann um að senda sérfræðing engil þangað sem þú þarft á honum að halda. Þú munt sjá hversu áhrifarík það er.

-Angel Shateiel...Sacred Code 12459. Engill þagnarinnar

-Englar þagnarinnar....Heilagur kóða 777777

-Angel Schaluach....Heilagur kóða 2821

-Angel Somi....Sacred Code 88827. Ef þú vilt að leyndarmál hins ósýnilega heims verði opinberað þér, leitaðu að Somi.

-Angel Tetragrammaton...Sacred Code 28720. Virkjaðu líkama ljóssins og opnaðu getu til að birtast.

- Earth Angel Sacred Code 331

-Angel Tmiti...Heilagur kóða 28904. Ég geri mig til staðar á tímum mikillar óvissu fyrir mörg ykkar. Ég er sérfræðingur í guðdómlegum töfrum, og ég er líka sá sem hefur sent Merlin alla töfraþekkingu sína.

-Angel of the Last Hour Sacred Code 1777. Það hjálpar til við að gera áætlanir þannig að við getum náð markmiðum okkar, það gerir leiðina bærilegri.

-Ángel Urirón....Heilagur kóði 712754. Veitir vernd og frelsun ef um er að ræða

Galdrar (svartur galdur). Það leysir líka sálir frá skyndilega dauða.

-SJÁÐU ENGLANA...SACRED Code 120. Með þessu númeri og hjálp Saint Expedite,

Þeir munu geta séð þá.

-Angel Victoria 151515 og 821

-Engel lífsins helgi kóða 887

-Angel Wotariel...Sacred Code 2190. Það er mikill léttir fyrir þá sem þjást, af hvaða ástæðu sem er.

Orsök.

-Englaríki þrettándu víddarinnar 14720. Í hvert skipti sem þú notar þennan kóða opnast dyrnar á fimmtu víddinni fyrir þig, sem gerir þér kleift að laða að ljós og

Yfirburðaþekking til að beita í lífi þeirra.

Helstu erkienglarnir sjö

-Erkiengill Michael ... Heilagur kóði 613. Vernd, hugrekki, styrkur, heilindi, sannleikur. Dagur

sunnudag.

-Erkiengill Jofiel....Heilagur kóða 521 og 431. Lýsing, viska, sköpun,

Innblástur, Jubilee. Mánudagur.

-Erkiengill Chamuel...Heilagur kóða 725 og 125. Mjúk og kraftmikil orka hans frelsar hinar fangar sálir. Siðareglur hans eru áhrifaríkar þegar hjóna-, vinnu- og fjölskyldusambönd eru spennuþrungin, gagnleg fyrir þá sem leita til sálufélaga sinna og tengdafélaga, til að finna guðdómlegt verkefni sitt, starf eða finnast yfirgefin. Ást, samkennd, blíða, góðvild, skilningur. þriðjudag.

-Erkiengill Gabríel...Heilagur kóða 881 og 581. Leiðbeiningar, hreinsun, sýn, tjáning, miskunn. miðvikudag.

-Máti ósýnileika erkiengilsins Gabríels helgi kóða 882

-Erkiengill Rafael....Heilagur kóða 29.125, 2129 og 1577. Heilsa, umbreyting, hollusta, velgengni, forystu. fimmtudag. Sá sem ber Guði bænir okkar svo hann geti tekið tillit til þeirra.

-Persónuleg kóði Raphaels erkiengils...Heilagur kóði 157. Ég mæli með því við græðara, því ef þeir iðka það verða þeir framlenging erkiengilsins. Það er eins og það hafi miðlað græðandi eiginleikum sínum til notanda kóðans.

-Breyting á líffærum...Heilagur kóða 447. Með þessum kóða er hægt að biðja Raphael erkiengil um að skipta um líffæri. Hann getur skipt út skemmdri lifur fyrir nýja úr líffærabankanum sínum. Ákvörðunina ætti að vera í höndum hans. Stundum læknar þessi erkiengill sjúkt líffæri með því að svara einhverjum sem býður upp á ýmsa kóða. Að öðru leyti ákveður hann, ef honum sýnist, að það sé heppilegt að skipta um orgel fyrir nýtt og gerir það.

-Erkiengill Uriel...Heilagur kóða 4 og 411. Friður, sátt, tryggð, framfærsla, þolinmæði. Dagur

föstudag. Það hjálpar til við að gera drauma okkar að veruleika og ná árangri í því sem við tökum að okkur.

-Erkiengill Zadquiel...Heilagur kóða 389. Frelsun, umbreyting, gleði, fyrirgefning, viðurkenning. laugardag. Það leysir fólk úr minnimáttarkenndinni og gefur því sjálfstraust.

Erkienglalínurnar sjö

-ARCANGELINA ESPERANZA...Heilagur kóða 584. Guðleg viðbót erkiengilsins

Gabríel.

-Archangeline Mary...Sacred Code 333. Guðleg viðbót við Raphael erkiengil.

-Arcangelina Gracia...Heilagur kóði 996. Guðdómlegt viðbættur Uriel erkiengils, sem hjálpar þeim að veruleika drauma sína.

-Arcangelina Constanza....Heilagur kóði 1891. Guðleg viðbót erkiengilsins

Jofiel.

-Archangeline Amethyst....Heilagur kóði 62114

-Archangeline Charity....Heilagur kóði 28700

-Arcangelina Fe....Heilagi kóði 72128. Innilegur og hlédrægasti félagi hans,

Guðleg viðbót við Mikael erkiengil.

AÐRIR ERKIENGLAR

-ERKIENGILL AMALIA...Heilagur kóði 25701. Einn af erkienglum guðdómlegs réttlætis, guðdómleg viðbót San Martín de Porres.

-Ariel erkiengill....Heilagur kóða 29701

-Erkiengill Azrael...Heilagur kóði 17. Hann er erkiengill sem getur hjálpað þér þegar þú átt ástvin eða vin sem er að fara að losna við. Azrael hjálpar honum að ná sambandi við „hina hliðina“ svo „dauðinn“ sé ekki áfallandi. Á sama tíma er þessi erkiengill mikill léttir þegar ástvinur er farinn.

Ef einhver í fjölskyldunni þinni er látinn er nokkuð jákvætt að hringja í Azrael. Það hjálpar líka til við að ná samskiptum við ástvini sem "farnir eru". Í stuttu máli er hann erkiengillinn til að kalla á sorgarstundir.

-Erkiengill Catalina...Heilagur kóða 444444 og 169. Einn af erkienglum réttlætisins

Guðdómlegt. Guðleg viðbót við San Expedito.

-Erkiengill Haniel...Sacred Code 991. Ég mun gefa þér styrk til að lifa hæfileikum þínum. Þú ert frábær og dýrmætur. Komdu fram fyrir mig þær óskir sem ekki hafa verið uppfylltar. Það sem er erfitt fyrir þig er ekki fyrir mig. Ef þú finnur fyrir óöryggi og hefur misst sjálfstraustið, komdu þá til mín og þú kemur endurnærð út. Ég býð þér ró og gleði.

-Erkiengill Jeremiel...Sacred Code 21700. Sá sem skerpir innsæi þeirra og gefur þeim

Skyggnilykill.

-Erkienglar guðdómlegs réttlætis...Sacred Code 999. Hlutverk þessara erkiengla

Það er að framkvæma áætlun Guðs í lífi þeirra sem nýta sér hana.

-Erkiengill Metatron...Heilagur kóði 331

-Erkiengill Natalia...Heilagur kóða 553. Erkiengill guðdómlegs réttlætis. Viðbót

Guðdómlegur frá San Judas Tadeo.

-Erkiengill Nathaniel (Gjöf frá Guði)....Heilagur kóða 334. Ég er sérfræðingur í að gera skammtímabreytingar, sérstaklega í tengslum við lífsverkefni þín. Margir eru fastir, ringlaðir, búa á eitruðum stöðum með fólki sem stelur orku þeirra og enga peninga til að gera djúpstæðar breytingar. Nafn mitt þýðir GJÖF AF

GUÐ, OG ÉG ER SÁ SEM kem til að hjálpa þér að breytast á róttækan og hraðan hátt. Þeir kunna að hristast af leik mínum og krafti, en það er kominn tími fyrir þá að stíga inn á sinn rétta stað og láta hæfileika sína skína.

Þeir munu öðlast þol og færni til að stíga út fyrir þægindarammann sinn og horfast í augu við nýjan sjóndeildarhring. Fyrir marga kann þetta að virðast skelfilegt, því hið óþekkta veldur ótta.

-Erkiengill Paula...Heilagur kóði 80427. Einn af erkienglum guðlegs réttlætis,

Guðdómleg viðbót San Roque.

-Erkiengill Raguel...Heilagir kóðar 2129 og 136. Líkt og Maat, táknar Raguel réttlæti. Ég mæli með því að fólk sem verður fyrir einhvers konar misnotkun taki skjól í því. Eins og Aþena er hann mjög fær í að leysa átök og kennir fólki að gera sig gildandi. Gefðu hugrekki.

-Erkiengill Raziel...Sacred Code 679. Hann er mjög öflugur og mjög vitur. Ímyndaðu þér hann sem gamlan mann sem hefur safnað mikilli reynslu og þekkingu. Hann þekkir öll leyndarmál alheimsins og getur hjálpað okkur mikið með skilningi sínum til að lifa fyllra lífi, í hamingju og gleði. Nafn hans þýðir "leyndarmál Guðs". Orka hans er karlmannleg. Erkiengill Raziel hjálpar okkur að skilja leyndarmál alheimsins og kennir okkur dulspekilegri þekkingu eins og draumatúlkun, meðal margra annarra hluta. Hann er mjög dularfullur erkiengill. Saman með honum muntu læra mikið af andlegu tilliti og hann mun gefa þér ráð sem munu breyta lífi þínu með því að lækna það frá rótum.

Innan af allri visku hans er að hjálpa okkur að muna og lækna fyrri líf. Og það hjálpar okkur líka að fjarlægja andlegar blokkir. Og að lokum hjálpar það okkur að þróa sálræna krafta okkar.

-Erkiengill Sandalphon....Heilagur kóði 820

Völd

-ERKIENGILL CASSIEL...Sacred Code 781. Hann er Prince of Los Angeles Powers og er hluti af sjöunda himni. Til að fá það sem við viljum á sem skemmstum tíma. Cassiel þýðir GUÐ HRAÐI.

-Angel Kinaya Sakwa...Sacred Code 339716 eða 99. (Female Angel) Ég tilheyri hópi engla sem kallast Powers og heimaplánetan mín er Ageon. Það hefur mikinn kraft til að yfirbuga sýnilegar eða ósýnilegar neikvæðar einingar.

-Fyrir Kinaya Sakwa að lækka kraft sinn á ílát með VATNI....

Sacred Code 684. Sem við getum notað til að drekka eða úða því hvar sem við viljum.

- Angels Powers Sacred Code 457. Þeir eru stórkostlegir og geta breytt atburðum heimsins á hagstæðan hátt.

SERAFIM

-Justinio, yfirmaður serafanna...Heilagur kóði 82438. Engill úr her mínum mun fá úthlutað þeim sem þess óska, veru sem er lík persónuleika þeirra, hlutverkum þeirra: hann mun greiða þeim brautina áfram án svo margra hindranir. Það mun hjálpa þeim að lækna hvers kyns illsku og það mun knýja þá eindregið í átt að markmiðum sínum, þar á meðal að finna nálægð Guðs. Það mun styrkja innsæi, opna sköpunargáfu.

ofurnafim

-SUPERNAPHIM SACRED Code 618

-Supernaphim Earax Sacred Code 1821, 6631 og 2812

Uppstignir meistarar og ljósverur

-STÓRIR ATBURÐIR (UNDIRBÚA) Sacred Code 1212

-Uppstignir meistarar (að þrá að verða einn með þeim) Heilagur kóði 421

-Verur ljóss...Heilagur kóði 554. Til að sleppa takinu og sleppa flæði, hætta við viðnám og bremsur sem koma í veg fyrir að við fáum skilaboð.

-Verur ljóss (telepathic contact) Sacred Code 1000

- Adama helgikóði 1576

-Aeracura (Earth Deity) heilagur kóða 191919

-Agleen...Sacred Code 40. Ástríkur boðberi frá SOURCE, sá sem hjálpar þeim að hlusta á vitur raddir forfeðra sinna.

-Alexa Sacred Code 344

-White Eagle Sacred Code 610

-Andel (tengdu orku þína) Heilagur kóði 447

-Telos ráðgjafi...Sacred Code 456. Mælt með af Master Adama. Hraðinn sem þessi ráðgjafi bregst við þegar við höfum heimsótt hann er ótrúlegur. Daginn eftir opinberar hann okkur allt sem hann kenndi okkur í Telos um nóttina.

-Ashram frá Babaji og Mataji....Heilagur kóði 883. Sá sem notar þetta númer mun fá leiðbeiningar frá Babaji og ég, sem munum fara með hann þangað á meðan hann sefur.

-Aþena....Heilagur kóða 515

-Babaji....Heilagur kóða 225 og 927

-Babaji 19....Umfang þessa númers er óvenjulegt. 19 laðar að sér eins og segull himneskan föður, ró og friðsæla Elohim, meistara Merlin, Saint Expedite, óholdgaða ástvini þína, og það er lykilnúmerið sem á að kalla fram þegar þú gengur í gegnum erfiðar og örvæntingarfullar aðstæður.

-Blana....Sacred Code 337755. Í gegnum þetta númer mun biturð þín læknast, sigur þinn verður tryggður og tár þín verða þerruð.

-Búdda....Heilagur kóða 110

-Chico Xavier (miðlungs)....Heilagur kóði 167

-Sólkóðar...Heilagur kóða 033, 88, 559, 22000 og 567. Ætlað að hafa áhrif

Hagstætt í lífi og þörfum þeirra sem ákalla þau.

-Safn radda Galaxy....Sacred Code 2680

-Tengstu við sólina...Heilagi kóði 444. Það gerir þér kleift að fá gagnlega orku frá Astro King. Þeir hafa reynt að telja þér trú um að sólin sé hættuleg. Sólin er í raun sá sem hitar og elskar þá. Ekki vera hræddur við hann. Það er góður vinur.

-Samegin vængjað meðvitund níu...Heilagur kóða 33377. Þeir sem bíða

Með kærleika beiðnir þínar um hjálp.

-Heart of the Planet Oasibeth....Sacred Code 71292538. Þeir munu ná markmiðum sínum,

Sá sem sökkvi sér í þennan titring mun njóta sérstakrar aðstoðar.

-Sacred Heart (Til að virkja)....Sacred Code 123

-Gullna krossinn frá Oasibeth (fáðu ávinninginn)....Heilagur kóði 7733

-Daikini Cristina...Sacred Code 568. Ég er Cristina, sá sem vísar þér leiðina til

Mystic Kingdom of Shambhala. Við höfum birtingarkraftinn og við munum flýta honum fyrir þá sem ákalla okkur.

-Hvítir höfrungar...Sacred Code 159. Við táknum frelsi, hraða, innsæi, vináttu, samskipti, visku og lausnina á mörgum vandamálum þínum. Sá sem ákallar okkur mun upplifa gagnlegan titring okkar.

-Devos....Sacred Code 14. Græðandi engill jarðar

-Guðs gulls...Heilagur kóða 101. Hann er þjónn ljóssins og býður þeim sem þjóna ljósinu ríkulegt magn af öllu sem þeir þurfa.

-Guð náttúrunnar...Heilagur kóða 98. Þessi vera stjórnar náttúruöflunum. Hann er þjónn ljóssins og býður þeim sem þjóna ljósinu nóg af öllu sem þeir þurfa.

-Goddess Lakshmi...Sacred Code 2918. Gyðja auðs og fegurðar. Talið er að allir þeir sem tilbiðja hana þekki strax hamingju.

-Guð fjólubláa logans...Heilagur kóða 4973

-Gyðja fjólubláa logans....Heilagur kóða 771

-Goddess Maat (Egyptaland) Sacred Code 225. Maat elskar rétta fólkið og

Hann sér um þau eins og þau væru börnin hans. Helstu eiginleikar Maat eru réttlæti. Við getum leitað til hennar til að láta þennan eiginleika skína okkur í hag. Ef einhver ykkar er með lagaleg vandamál í bið, snúið ykkur til Maat til að gagnsæi komist í gegn. Þessi gyðja veitir almennilegu fólki mikla vernd og frelsar það við blekkingar og slæma orku. Það er mjög gagnlegt að leysa óreiðukenndar aðstæður.

-Goddess of the Seas Sacred Code 7521

-Goddess Venus Sacred Code 87

-Dr. José Gregorio Hernández...Sacred Code 694. Uppstiginn meistari tilheyrir

Græn þruma.

-Læknir Lorphan...Sacred Code 729, 28700, 654, 901, 733 og 1563. Galactic Healer. Sá sem vill heimsækja Etheric Retreat hans mun verða læknaður af honum og teymi hans heilara. Sérsvið hans er að fjarlægja pílur, byssukúlur og eterískar örvar sem skotnar eru af geðrænum vampírum og öðrum neikvæðum aðilum.

-Dwal Khul helgikóði 5701 og 3720

-Celestial Army of the Lunar Sphere...Sacred Code 986. Þú munt fá ríkulega náð, þar á meðal frelsun tengsla og karmísk kúgun. Að auki mun ég metta þig af gleði minni og vongóðri orku, svo að þú getir náð markmiðum þínum. Þeir eru Gabriel, Anixiel, Atheniel, Amnediel, Amnixiel, Azariel, Abrinael, Ardifiel, Abdizuel, Atliel, Amutiel, Adriel, Azeruel, Barbiel, Bethnael, Dirachiel, Enediel, Ergeldiel, Egibiel,

Geniel, Geliel, Jazeriel, Kyriel, Neciel, Requiel, Sxheliel, tagriel, Ebvap, Ebvep, Enchede, Emtircheyud, Emrudue, Emkebpe, Ezhesekis, Eneye, Emzhebyb, Embative, Amzhere, Emnymar, Ezhobar, Emcheva, Emnepe, Echotasa, Etamrezh, Emhom, Emzh, Emhom, Emzher, Emzh Ezheme, Zhevekiyev, Etsacheye og Lavemezhu.

-El Morya...Sacred Code 522. Hann er frábær varnarmaður ef um geðrænar árásir er að ræða. Stóra tilskipun hans er LJÓS GUÐS BRANGST ALDREI.

-Sirius demantaorka...Heilagur kóði 48815. Gerðu þennan titring meðvitaðan með því að skipa: Ég er Sirius demantaorkan, sem birtist núna í lífi mínu og málefnum.

-Erimihala...Sacred Code 41. Ég er sá sem opinberar leyndarmál hins ósýnilega heims. Ég er heilari undirmeðvitundar þíns. Segðu nafnið mitt sem þemalag yfir daginn. Þetta mun leyfa þér að finna nærveru mína svo greinilega að sjálfstraust þitt mun endurfæðast og þú munt byrja að taka skynsamlegar ákvarðanir.

-Ester (Stjarna) Gamla testamentið...Sacred Code 430. Þú getur spurt

Vörn gegn þeim aðilum sem meistarinn Jesús kallaði "illa anda".

-Secret Star of Love...Sacred Code 51826. Með Alsemiyat og notkun þessa kóða færðu geisla þessarar stjörnu. Þetta mun koma þér að góðum notum þar sem þú munt hafa þinn innri Krist að leiðarljósi og láta óskir þínar rætast.

-Faustina Kowalska helgikóði 421

-Silfurlogi meistara Saint Germain helgikóði 464

-Sólfjólubláí loginn af 5. víddinni Sacred Code 708

-Forceti...Sacred Code 1579. Hann er himneskur lögfræðingur sem hægt er að kalla til í lagalegum málum og til að leysa ágreining. Sem Green Tara, og plánetuandinn Betor, bregst hún strax við.

-Ganesha....Heilagur kóði 46429

-Landstjórar Oasibeth....Heilagur kóða 25600

-Warriors of the Phoenix Bird Nebula... Heilagur Kóði 444, 97, 114 Þessar verur gefa

Mörg merki um að sá sem er vakandi mun sjá án erfiðleika.

-Guardian of Oasibeth's portal...Sacred Code 442. Sá sem vill vera vörður Oasibeth's portal, notaðu oft þennan kóða. Þessi kóða og 147-62 sem Merlin opinberaði þér, mun laða að þér guðlega hylli eins og segull. Það er heiður að vera vörður þessarar gáttar, því Oasibeth mun bjarga mörgum frá glötun. Miklar náðir verða veittar þeim sem dreifa tilvist þessarar ósýnilegu gullnu plánetu fyrir augum þriðja þéttleikans. Oasibeth er staðsett mjög nálægt Sirian stjörnukerfinu og er þekkt í himnaheimum sem plánetan miskunnar.

-Hilarion... Heilagur kóði 2631

-Horus...Sacred Code 3671. Sá sem vill sjá betur í öllum skilningi, snúðu þér til mín. Sjáðu fyrir þér litla mynd af mér, í bilinu á milli augabrúnanna þinna, og ég mun hjálpa þér að opna þriðja augað. Ég býð skjóta og sýnilega aðstoð, bæði körlum og konum, sem vilja lækna samband sitt við mæður sínar. Þessi þáttur er mikilvægur þar sem sambandið við móðurina hefur veruleg áhrif á tíma hans á jörðinni. Ef þeir upplifðu sig ekki elskaða og velkomna af því, mun heimurinn virðast óþægilegur og undarlegur fyrir þá. Ekki eyða tíma þínum, eða láta það vera stolið með því að rækta tengsl við fólk sem er ekki þess virði. Ég er Hórus, sonur Ísis, friðargyðju.

-Ilama... Sacred Code 546. Forn ferðalangur um stjörnuheima, í þjónustu hins öfluga engils Kiliosa.

-Ilama yamashi...Sacred Code 28. Ég kem frá Ageon. Ég er yfirmaður sveitarinnar

28 af meðvitund ljóssins sem þú kallar "hnöttur". Við getum breytt titringi staðanna á hagstæðan hátt fyrir þína eigin þægindi. Hvenær sem þú átt mikilvægan fund eða tekur þátt í streituvaldandi athöfnum, hringdu í mig og ég mun vera á staðnum eftir sekúndubrot til að snúa straumnum þér í hag.

-Iramú....Heilagur kóða 584. Ég er í þjónustu plánetu snillingsins Aratron, ég er kvenkyns. Hugsaðu um eitthvað erindi sem þú þarft að gera eða eitthvað sem þú vilt ná.

-Isama Kamura (Ageon)....Heilagur kóði 61263

-Ishao Kamata... Sacred Code 688 og 604. Ég er sá sem opinberar leyndarmál Los

TÖLUR, LITIR OG ORÐ.

-Isis....Heilagur kóða 717

-Ixapasemil...Heilagur kóða 2113. Einn af vörðum tunglanna átta, sá sem hvílir á órólegu sjónum í huganum þar til það er kyrrlátt og rólegt.

-Jóhannes skírari.... Heilagur kóða 538

-Jua Egyptinn....Heilagur kóða 836

-Joan of Arc....Heilagur kóða 2021

-Karmic Board....Heilagur kóði 481 og 262. Meðlimir: kwan yin, Portia, Alexa, Pallas Athena, Lady Nada, Móðir Mary, Elohim séð "allsjáandi auga" Guðs, Shri lean, Lord Saithrhu.

-Kuan Kung (einn mikilvægasti guðdómurinn í Kína)...Heilagi kóði 708. Þessi stríðsmaður, sem ber mestu eiginleikana, er mikill verndari og laðar að velmegun. Þú getur veitt mörgum greiða hverjum sem hringir í þig eða hefur ímynd þína í húsinu, skrifstofunni, bænum eða fyrirtækinu.

-Kwan Yin (móðir miskunnar) Heilagur kóða 286

-Hinn þrífaldi loga helgikóði 4972

-Lady Rowena Sacred Code 82137

-Lady Venus....Sacred Code 715. Sá sem kennir þeim sanna ást, virðingu og heiðarleika.

-Lahiri Mahasaya helgikóði 244

-Lantó helgikóði 111

-Legrashogua...Heilagur kóða 1596. Hann er einn af kennurum Jesú Krists, sem hóf hann inn í speki arcana. Snúðu þér til hans og biddu hann að miðla þekkingu sinni til þín. Það er eining Fönixþokunnar. Það hjálpar til við að útrýma „einkennum" sem neikvæðir aðilar valda, eins og veikindum, óþægindum og örvæntingarfullum aðstæðum, öndunarerfiðleikum, miklum kulda, sársauka, ótta, sektarkennd, andlegri árásargirni, kynferðislegri truflun, andúð annarra á þér.

-Fjóluloginn...Heilagur kóði 801. Mælt með af Ascended Master Eagle

Hvítur.

-Fjólulogi (Vertu meðvitaðri um það)....Heilagur kóði 124. Ef þú notar hann muntu sjá hvernig þessi logi mun skína í þér með meiri styrkleika en nokkru sinni fyrr, og þú munt ekki lengur vilja vera aðskilinn frá honum.

-Fjólubláí logi hins mikla þagnar, helgikóði 347

-Fjólubláí logi hins mikla miðsóls helgikóði 1500

-Fjólubláí logi þúsund sóla Heilagur kóði 860907. Fjóluloginn streymir í gegnum hjartalogana okkar og skín í, í gegnum og í kringum allar ósamræmdar aðgerðir, alla lægri mannlega meðvitund og allar hindranir ljóssins sem sérhver manneskja, staðsetning, ástand eða hefur setti það á braut fullkomnunar lífsins. Fjóluloginn umbreytir samstundis þessari ósamræmdu orkuorsök, kjarna, áhrifum, skráningu og minni aftur í upprunalega fullkomnun.

-Silfurfjólublá logi (Fyrir allt) Sacred Code 524

-The Warriors of the Sun...Sacred Code 525. Þeir munu auka trú þína á þann hátt að þeir munu segulmagna drauma þína á þann hátt sem þú hafðir aldrei ímyndað þér.

-The Hathor Sacred Code 802 og 28200

-Græðarar sólarinnar...Heilagur kóða 12543. Við erum þau sem hlustum alltaf á bænir þínar.

-Drottinn (Drottinn) Dattatreya....Heilagur kóða 591. Ég er, holdgervingur hinnar heilögu þrenningar Brahma, Vishnu og Shiva, sá sem svarar tafarlaust bænum fátækra og þjáðra. Sá sem er ekki sáttur við núverandi aðstæður, leitaðu til mín. Sá sem skortir velmegun mun fá hana frá mér. Hver sem trúir því að hann sé bölvaður, mun ég frelsa hann. Sá sem hefur enga heilsu mun fá hana í gegnum mig. Hver sem er hræddur, kom til mín. Hver sem á akri sínum þarfnast regns, mun ég senda honum. Sá sem vill vera laus við hjól holdgunar mun fá þessa náð frá mér.

-Sjö geislar....Heilagi kóði 2620 og 929

-Hvíta ljósið í Akasha...Sacred Code 1550

-Meistari Akkao Tami....Heilagur kóði 2870

-Meistari Amira Sasaki...Sacred Code 2871. Sérsvið þeirra er fjargeðrof eða fjarlægðaráhrif.

-Meistari Afra.... Heilagur kóða 1613

-Guðleg móðir...Heilagur kóða 26 og 18

-Divine Mother (Mesime Ship)....Heilagur kóði 717

-Móðir Sekhmet 11129. Verndarinn. Í hvert skipti sem þú ætlar að takast á við þessar aðstæður sem þú kallar erfiðar, óþægilegar, leiðinlegar eða sem vekja ótta hjá þér, hringdu í mig, fyrir mig eru þær áskoranir og mér líkar við þær. Ég skal vera þarna til að upplýsa þig. Prentaðu myndina mína og hafðu hana nálægt, ég get gefið henni kraft.

-Maharishi M. Yogi Sacred Code 425

-Manjushri Black Sacred Code 2431

-Blái náðarmötturinn heilagur kóða 174

-Marcoam...Sacred Code 516. Eitt af verkefnum mínum er að opna dyr sálfræðifangelsanna, þar sem þær sálir sem urðu fyrir kynferðislegu ofbeldi í æsku eru fangar. Ég er hjálpin fyrir þessar sálir. Ég vinn þetta verk í félagi við Doctor Lorphan, framúrskarandi vetrarbrautarheilara. Annað af verkefnum mínum er að taka í sundur fjölda neikvæðra aðila sem ógna velferð þeirra á þeim stöðum sem þeir ferðast um og búa.

-Marta Ruth...Heilagur kóði 68115. Berandi demantsorkuna frá Sirius. Biðjið um að vera undir vernd hans og fá blessun hans.

-Mataji....Heilagur kóða 799 og 294 guðdómleg viðbót Babaji

-Melina (guðleg viðbót hvíta örnsins) Heilagur kóða 914

-Melkizadek....Sacred Code 11614. Ef um geðræn árás er að ræða

-Merlin...Sacred Code 477965. Til að tengjast og laða þannig að langanir okkar bið ég að töframaðurinn í mér vakni

-Mornah Simeona helgikóði 1570

-White Buffalo Woman Sacred Code 3

-Muruga...Sacred Code 52574. Ég get hjálpað þér með lagaleg mál, viðskipti. Til að bæta heilsu þína. Ég verndar þig fyrir illgjarnu fólki, óvinum og neikvæðum aðilum. Þú getur líka kallað á mig þegar þú átt viðskipti (kaupir, selur, verslar).

-Fjólublátt sjóskip...Heilagur kóði 10028. Þar sem Kwan Yin mun bíða þín með óendanlega ást.

-Neida og Awara... Sacred Codes 363 og 560 í sömu röð. Ljósaverur sem sjá um að senda FJÓLA LOKA til jarðar.

-Nirmala Sundari helgikóðar 504

-Ósiris helgikóði 2120

-Ossok...Sacred Code 808. Þeir sem vilja vinna að frelsun áttunda geislans geta kallað þetta veru.

-Paul feneyska helgikóði 232

-Padmasambhava helgikóði 2690

-Padre Pio...Heilagur kóði 4447

-Til að laða að miskunn Bodhisattvas....Sacred Code 811

-Til að laða að blessun frá The Magi... Sacred Code 554

-Parvati....Heilagur kóði 4990

-Máttapýramídi (5 víddar), Míkael erkiengill...Heilagi kóði 1515

-Ageon Portal (Opin)....Heilagur kóði 1929216. Uppstiginn meistari Merlin býður okkur þennan kóða sem mun gera við allar skemmdir sem hafa orðið á þeim.

-Gátt í Andrómeda....Heilagur kóði 615

-Gátt í Pleiades.... Heilagur kóða 219

-Gátt Oasibeth (opin)....Heilagur kóði 147-62

-Gullfjöðurgátt.... Heilagur kóði 1216. Þegar þú opnar hann munu HRAÐENGLARNIR koma til starfa í þágu okkar. Þessar ljósverur, eins og orðið segir, "mun flýta fyrir", þær munu flýta fyrir hlutunum svo við getum náð markmiðum okkar á sem skemmstum tíma.

-Grey Feather....Sacred Code 68025. Dóttir hins uppstigna meistara White Eagle og

Melina ef þú vilt sjá kraftaverk, hringdu í þessa ljósafjölskyldu

-Spámenn Móse....Heilagur kóða 85012

-Spámenn Elía....Heilagur kóða 52071

-Ra....Heilagur kóða 16

-Ramtha....Heilagur kóða 659

-Fáðu orku frá Mount Shasta....Kóði 523

-Fá gjafir frá Ishao Kamata...Heilagi kóðann 1615. Hún er óvenjuleg fegurð og dásamlegur trúnaðarvinur.

- Að fá gjafir frá Jóhannesi öldungi....Heilagur kóða fyrir: 181. Hann er mjög nálægt

Móðir María og býr yfir mikilli visku.

-Salómon konungur....Heilagur kóða 344 Sál af hæsta stigi, þeir geta beðið hann um visku og hjálp í þeim tilvikum sem virðast ómöguleg. Laus við ótta og fáfræði. Kennir að leysa erfiðar aðstæður.

-Mystic Rose (Mysterious Rose)....Sacred Code 6843. Himneska hjúkrunarkonan okkar.

-Ruth of Andromeda (Settu inn með orku sinni)....Heilagur kóða 5600. Ég mun þerra tárin af augum þeirra og hugga sálir þeirra. Ég er trúr boðberi Móður Maríu þessa stundina.

-Sai Baba...Heilagur kóða 8888, 7194, 559 og 150. Sá sem þekkir þarfir þínar, jafnvel áður en þú biður mig um þær. 559 er uppstigningarhraðall, og

150 er til að hjálpa þeim sem vilja, að komast í snertingu við náttúruna.

-Saint Germain helgikóði 523

-Saint Germain (sérstök vernd) Heilagur kóði 4444444

-Sanat Kumara (koma á samband) Heilagur kóði 449

-LORDS OF TIME SACRED Code 365365

-Lords of Time Sacred Code 55555

-Drottinn Omri-Tas (Landstjóri Fjólubláa plánetunnar)....Heilagur kóða 679. Veitir mikla blessun þeim sem vinna með Fjólulogann.

-Serapis Bey helgikóði 68120

-Simon...Heilagur kóða 68116. Ég er Símon, leiðbeinandi andi, lampi sem lýsir upp skref hans.

-Simón Bolívar Sacred Code 155. Þessi ljósvera hefur mjög mikinn titring

-Shiddarta (tenging) Heilagur kóði 52637

-Shiva Sacred Code 351. Ég ber ábyrgð á því að sköpun sé virt. Ég er guð hinna jaðarsettu og samúð mín er óvenjuleg. Ég er sá sem afhjúpar mest falinn sannleika, sá sem hefur vald yfir náttúrunni og frumefnunum.

-Sirius Sun (Blue Ray) Heilagur Kóði 021

-Soo Shee Sacred Code 26600. Ég er sá sem leiðir þig til að lifa á kyrrlátum svæðum samfelldrar hugsunar og býður þér fjársjóð samúðar.

-Herra. Surya Sacred Code 64

-White Tara Sacred Code 518. Hún er upplýst kvenvera sem hefur það hlutverk að miðla langt líf, visku og gæfu. Ef við treystum á það með trú mun það vernda okkur gegn smitsjúkdómum, eldhættu og öðrum hamförum. Sagt er að skynjaðar verur fái blessanir Tara á sama hátt og hreyfing vindsins þar sem hún er birtingarmynd vindþáttar allra Búdda.

-Græn Tara....Heilagur kóði 517 og 659. Ég er græn tara, stjarnan sem leysir hættur, sú sem svarar bænum þínum samstundis og grípur til aðgerða til að hygla þeim. Hún táknar samúð allra Búdda, hún er mjög fljót í aðgerðum sínum.

-Þessi helgi kóði 711

-Karmic Tribunal....Sacred Code 3157. Almennar reglur

-Vajrapani helgikóði 1612

-Silent Nightstand Sacred Code 594

-Yogi Ramacharaca helgikóði 22233

-The 3 Wise Men...Sacred Code 554. Þetta númer er mjög mikilvægt og tilheyrir 3 Wise Men. Þeir sem hafa meðvitað unnið að plánetuuppstigningu sinni, það er mjög líklegt að þeir þurfi ekki að koma aftur hingað, sem jafngildir því að segja að þetta sé síðasta líf þeirra á jörðinni. Þeir munu því afhýðast og snúa aftur til upprunapláneta sinna til að skipuleggja ný ævintýri þar í öðrum heimum, en ekki á jörðinni. Þessar sálir, sem ég vísa til, eru nú þegar frá fimmtu víddinni, jafnvel þó þær séu á plánetunni eins og hver önnur manneskja. Kóði 554 gefur síðustu hvatann til þeirra sem náðu fimmtu víddinni með skammtastökkinu. En það er líka mjög gagnlegt fyrir þá sem eru í fjórðu og þriðju víddinni og vilja stíga upp. Það er frelsandi kóði, kóði sem tengist djúpri visku uppstigningu meistaranna El Morya, Kuthumi, og Djwal Kul, sem myndaðist sem Melchor, Baltasar og Gaspar konungarnir sem við þekkjum. Þessir uppstigningu meistarar verða, í gegnum þennan helga kóða, verndarandar þeirra sem vilja stíga upp. Með þessum kóða mun móttaka orkunnar sem Ruth og Cristina eru að skila frá Andromeda, síðan 6. janúar, auðvelda mjög.

-Dr. Alexis Carrel....Sacred Code 929. Merkilegur læknir og rithöfundur, höfundur setningarinnar "Dowsing can save the world." Sá sem vill gera rétta lestur með pendúlnum og ná árangri á þessu sviði, Alexis Carrel er besti leiðbeinandi sem þeir geta haft.

-Dr. David Stone....Heilagur kóða 711

-Dr. Francisco Antonio Mesmer....Sacred Code 58179. Hann fæddist árið 1733. Hann er talinn undanfari dáleiðslu. Hann hélt því fram að stjörnurnar, sólin og tunglið hafi áhrif á lífveru mannsins með orku sem hann kallaði segulmagn dýra. Það má segja að Mesmer hafi verið fyrstur nútíma sálfræðinga og fyrsti meðferðaraðilinn. Lækningar hans voru óvenjulegar. Árið 1815 lést hann í þýsku hertogadæmi Swabia.

-Dr. Erich Fromm...Sacred Code 72515. (Á meðan hann var holdgervingur, auk þess að vera merkur rithöfundur, var hann sérfræðingur á sviði sálgreiningar. Ef einhver ykkar vill læra að þekkja sjálfan sig og fá aðstoð frábærs meðferðaraðili, Erich Fromm það mun ráðleggja þér í draumum þínum og mun hjálpa þér að leysa eigin vandamál. Það mun einnig setja þig í samband við heiðarlega meðferð og meðferðaraðila, sem þú munt geta lært mjög gagnlega hluti af. Til heiðurs stuttu máli. , Ég lengi ekki skýringuna, svo að hver sem vill vita meira um þessar ljósverur, leitaðu á Google eða gerðu eigin rannsóknir.)

-Dr. Joseph Murphy.....Sacred Code 55533. (Hann var yfirvald á sviði Hugans og skrifaði meira en 30 bækur. Hann var fræðimaður. Sá sem vill þróa hæfileika sína til hins ýtrasta og lifa farsælu lífi, mun ná því með hjálp þessa frábæra ráðgjafa).

-Dr. Paul Jagot....Sacred Code 73. (1889-1962). Hann fæddist og bjó í París. Bókmenntaverk hans hafa haft áhrif um allan heim. Dásamlegar bækur hans hafa læknað og hjálpað þúsundum sálna. Hann var sérfræðingur á sviði dáleiðslu, sálfræði, stjörnuspeki, segulmagns, ráðlegginga, dulvísinda, galdra og á öllum sviðum sem tengdust sjálfstjórn og sjálfbætingu. Ef einhver ykkar, til dæmis, vinnur með dáleiðslu, verður Paul Jagot frábær leiðbeinandi. Hann getur kennt þér hvernig á að beita dáleiðslu á farsælan og heiðarlegan hátt, eins og hann gerði á jörðinni. Hann getur án efa verið bestur meistaranna og hann mun fá tákn og lýsingu frá þessum frábæra manni.

-Dr. William Parker heilagur kóði 380. Þessi kóði mun frelsa þann sem notar hann frá ótta, sektarkennd, minnimáttarkennd og hatri.

-Luca Paccioli helgikóði 28

-Neville Goddard....Sacred Code 61571. (1905-1972), Hann var athyglisverður sálfræðingur, fyrirlesari og rithöfundur. Þú getur fundið mikið af efni frá honum á Google og YouTube. Þekkingu hans á hagnýtri frumspeki getum við notað í daglegu lífi með góðum árangri.

Fyrir mér er mesta kenningin sem þessi andlegi risi getur boðið okkur allt sem tengist ímyndun. Neville getur hjálpað þér að sjá með góðum árangri. Hann var meistari í þessu efni. Flestir hafa hindrað sjónrænt vald og það er erfitt fyrir þá að byggja upp andlegar myndir. Veistu að ef þú vinnur með Neville mun hann hjálpa þér og hlusta á þig. Að lokum læt ég þig hafa setningu frá honum: „Ég veit að tími minn er naumur – ég kláraði verkið sem ég kom til að vinna og nú er ég tilbúinn að fara. Ég veit að ég mun ekki snúa aftur í þennan þrívídda heim aftur, en ég hef staðið við loforð mitt. Varðandi hvert ég er að fara, mun ég þekkja þá þar eins og ég hef þekkt þá hér, því að við erum allir bræður í óendanlega gagnkvæmum kærleika.

-Guru Gobinda...Sacred Code 11577. (1666- 1708). Hann var stríðsmaður háleitrar samúðar, hann afnam þrælahald á Indlandi. Hann var hetjulegur leiðtogi sem sigraði margar hindranir. Þessi leiðbeinandi hjálpar með því að gefa styrk, hygla þeim sem hafa gaman af að skrifa, hann var fræðimaður. Möntrurnar hans eru frábærar og hver sem biður um hjálp hans mun útrýma neikvæðni í gegnum kosmíska sverðið sitt. Það gefur merki þeim sem kallar það.

-Pýþagóras....Heilagur kóða 1354. Ég vil vera meistari þess sem kallar á mig. Ég er mjög andleg aðili og ég hef þann heiður að vera hluti af andlegum leiðbeinendaáætluninni. Ég elska að kenna og ég elska tölur, svo ég býð hjartanlega velkomna hvern sem vill vera nemendur mínir. Ég er Pýþagóras, sá sem býður þér að gefast upp fyrir guðlegum verkefnum þínum án efa, og núna.

-Albert Einstein....Heilagur kóði 25630

-Bruce Lee...Sacred Code 487. Ástæðan fyrir því að ég valdi að aðstoða jörðina, er vantrú flestra, Ef innihaldsefni trúarinnar er fjarverandi, Enginn draumur rætist, og það sem meira er óheppilegra, maður fer í gegnum lífið á miðlungs hátt og án þess að beita hæfileikum sálarinnar. Þetta ljós sem ég býð mun ná til þeirra sem trúa á töfra og ást alheimsins. Ekkert er tilviljun í vef tilverunnar og Óendanlegur brosir til þeirra sem trúa hinu ómögulega.

-Dr. Eduard Bach (Blómkjarna)....Heilagur kóða 21700

-Dr. Mikao Usui helgikóði 1515

-Conny Mendez....Heilagur kóði 1229

-Guru Padmashambava....Heilagur kóði 2690

-Lao Tzu...Sacred Code 62115. Gamall vinur sem talar til þín í hljóði.

-Nichiren Daishonin...Heilagur kóða 113

Til að biðja um andlegan leiðbeinanda

-BIÐJA UM LEIÐBEINANDA á sviði heilsu....Heilagur kóða 27915

-Biðja um leiðbeinanda á sviði næringar og matar....Heilagur kóði 62013

-Biðja um leiðbeinanda á vinnusvæðinu....Heilagur kóði 82820

-Biðja um leiðbeinanda á vináttusvæðinu....Heilagur kóði 52515

-Biðja um leiðbeinanda á sálarsvæðinu....Heilagur kóði 52119

-Biðja um leiðbeinanda á viðskiptasvæðinu....Heilagur kóði 72911

STJÖRNUVERUR

-Asthar....Heilagur tölukóði 1164

-Athor....Heilagur kóða 25793. Yfirmaður Pleiadian millistjörnuflotans í þjónustu Tera.

-Foringi Amun...Heilagur kóða 771

-Herforingi Juliano de Arcturus...Heilagur kóði 15415

-Tenging við Alsemiyat...Sacred Code 72599. Yfirmaður stríðsmanna

Eldur.

-Kristína frá Andrómedu...Heilagur kóði 699, 101 og 313

-Ellionen....Heilagur kóða 1613

-Ixapasemil....Heilagur kóða 2113

-Ljós Andromeda...Heilagur kóða 101 og 5600

-Marcoam....Heilagur kóða 516

-Dularfullur heimur...Heilagur kóði 280

-Ship Leen (foringjarnir Saer og Ayat)....Heilagur kóða 1919. Hver sem kallar á okkur getur verið viss um að við munum útrýma hvers kyns árásargirni frá þeim verum sem ekki virða frelsi sem þú átt rétt á.

-Móðurskip Anais...Heilagur kóði 928

-Skiptu Tuly Sacred Code 526

-Phoenix Nebula...Heilagur kóða 444, 97, 114

-Kosmískt nafn....Heilagur kóði 76129. Það er sá sem auðkennir þá í alheiminum. Þetta nafn er hægt að opinbera alveg eins og Agesta Channel okkar gerir. Veran sem þú þekkir sem José Gabriel hér á jörðu er auðkennd sem Agesta í öðrum víddum.

-Leyndarmál. Það er hljóð sem nánustu vera þín mun opinbera þér, og sem aftur á móti muntu ekki opinbera neinum, þess vegna er það kallað "leyndarmál". Til að fá aðgang að þessum gripum geturðu hringt í okkur. Áður en þú notar það geturðu sagt eitthvað á þessa leið: Kraftar englasviðs þrettándu víddarinnar, Léttu uppstigningarferli okkar og leyfðu okkur að upplifa hér og nú, leiðsögn þína og vernd.

-Jarneskt nafn....það sem þeir völdu þegar þeir holdguðust. Nöfn þeirra hafa sérstakan titring sem mun hreinsa innri rásir þínar svo að sál þín geti talað við þig. Með því að endurtaka nafnið daglega (alltaf 45 sinnum, eins og kóðarnar) munu þeir tengjast móður jörð og laða að sér það líf sem þeir eiga skilið.

-Rút frá Andrómedu...Heilagur kóði 5600

-Salusa frá Sirius...Heilagur kóða 177

-Shasha meðlimur La Nave Tuly...Sacred Code 823

-Sheila frá Sirius....Heilagur kóði 55124

ELOHIMINN

-Elohim Tranquility...Sacred Code 0129. Þessi mikla Vera veitir þann innri frið sem þarfnast í dag.

-Elohim Pacifica...Sacred Code 1139. Guðleg viðbót við elohim ró.

-Elohim Vista....Sacred Code 52911 and 280. The All Seeing Eye" of God.

-Elohim Arcturus....Heilagur Kóði 522. "ÉG ER" Elohim KÖNUNAR og RYTHM, sem færir þér og allt líf, með því að nota fjólubláa eldinn, ÓENDANLEGA ÚTSELNING - þegar þú þráir það nóg! "ÉG ER" Sá sem bregst við kalli hjartsláttar hvers einstaklings þegar það hjarta, djúpt og einlægt, innan frá sjálfu sér, þráir að losa lífið sem er orðið að þrældómi með því að gefa því frelsi frá sjúkdómum, frá sjúkdómum. , ótta og takmörkun hvers kyns og lýsingu.

-Orion og Angelica... Sacred Code 25600 og 12500 í sömu röð

-Cassiopeia og Minerva... Sacred Codes 318 og 411 í sömu röð

-Herkúles og Amazonía... Sacred Code 521 og 632 í sömu röð

-Crystal...Sacred Code 531. Guðdómleg viðbót við Elohim Vista

-Clarity (Purity) og Astrea....Sacred Code 724 og 323 í sömu röð

-Arcthurus og Diana....Sacred Code 522 og 529 í sömu röð

plánetusnillingar

-Monday Planetary Genius Phul...Sacred Code 1004.Stýrir málefnum tunglsins. Græðir dropsy og veitir undines sem hjálpa okkur á sýnilegan hátt. Engill hreinleikans. Það er kallað til náms, hugarfars, kvenleika og spádóms. Hvítur litur.

-Þriðjudagur Planetary Genius Phaleg Sacred Code 62987. Stjórnar málefnum Mars. Veitir frið og hjálpar til við að stjórna og stjórna egóinu. Engill einfaldleikans. Það er kallað til sigurs. Rauður litur.

-Miðvikudagur Planetary Genius Ophiel...Sacred Code 1008. Stjórnar málefnum Merkúríusar. Kennir allar listir og veitir kunnuglega anda. Engill athafna. Það er kallað fyrir orðræðu og orðræðu. Litur blár.

-Fimmtudagur Planetary Genius Bethor Sacred Numerical Code 1010. Stjórnar málefnum Júpíters. Veitir Sylphs of Light sem gefa okkur rétt svör. Það gefur kraftaverkalyf. Hægt er að biðja um fjölskylduanda fyrir þær þarfir sem við höfum. Engill hófsins. Það er kallað fyrir milligöngu ræðumanna og stjórnenda mikilla fjöldans. Fjólubláur litur.

-Föstudagur Planetary Genius Hagith Sacred Code 1012. Stjórnar málefnum Venusar. Gefur fegurð og góða hluti. Hann gefur einnig kunnuglega anda svo að við getum falið þeim ákveðin verkefni. Engill aðalsins Það er kallað fyrir ást í öllum sínum hliðum. Grænn litur.

-Saturday Planetary Genius Aratron...Sacred Code 1014. Stjórnar málefnum Satúrnusar. Hann kennir galdra, eðlisfræði og gullgerðarlist. Hann gefur okkur kunnuglega anda í sérstökum málum. Það veitir okkur einnig vináttu Ljósdýmanna. Engill örlætisins, það er kallað til að aðskilja óvini og verjast áföllum. Litur brúnn eða svartur. Þetta er einn af snillingunum sem hjálpuðu Aladdín. Saga Aladdins er raunveruleg.

-Sunday Planetary Genius Och...Sacred Code 1016. Stjórnar málefnum sólarinnar. Kennir læknisfræði, visku og gefur peninga. Hann hefur 36.536 anda í þjónustu sinni og sendir þá í samræmi við þarfir hvers og eins. Engill æðruleysis. Það er kallað fyrir gnægð og heiður. Gulur eða Gull litur.

frumefni náttúrunnar

-EARTH ELEMENT....SACRED Numerical Code 664. Meðlimir þessa frumefnis geta hjálpað okkur að tengjast jörðinni, og eignast efnislegar vörur og gnægð. Þetta er ekki fantasía, því þeir eru verndarar fjársjóðanna. Við getum beðið þá um að kenna okkur listina að aga, reglu og þrautseigju.

-Air Element....Sacred Numerical Code 1690. Við getum beðið meðlimi þess um trú og von, vernd og huggun í sorgum.

-Vatn frumefni...Heilagur tölukóði 1810. Verur þessa frumefnis, ef við biðjum um þá, mun bæta innsæi okkar og getu okkar til að sjá fyrir okkur. Þeir gera okkur líka meðvituð um mátt okkar.

-Fire Element....Sacred Code 2140. Þeir geta hjálpað okkur að þróa áræðni og vera frjáls. Þeim þykir vænt um að maður sé með kveikt kerti heima hjá sér.

-Hafa samband við Gnomes....Sacred Code 55

-Hafðu samband við álfar....Heilagur kóði 5510

-Hafðu samband við Sirens...Sacred Code 772

-Hafðu samband við Salamanders...Sacred Code 271

-Genie PHUL (mánudagur) Sacred Code 1004. Veitir UNDINAS sem hjálpa okkur á sýnilegan hátt.

-Salamandrar....Heilagur kóði 2715

-Snillingur BETHOR (fimmtudagur)....Heilagur kóða 1010. Veitir SILPHOS of Light sem gefa okkur rétt svör.

-The Fairy Kingdom vill vera til staðar í gegnum BABA og JULIA, sem þú getur hringt í með kóða 515 og 2515 í sömu röð.

-Sybila ævintýri úr The Divine Source.....Sacred Code 3330. Hún þekkir mörg leyndarmál.

-Oasibeth Fairies...Sacred Code 33399. „Við viljum vera vinir karla og kvenna sem hafa vaknað. Við erum skemmtileg og við erum til staðar í náttúrunni og í sveitinni. Við erum að vernda umhverfið og allar náttúruauðlindir sem við viljum hitta þig í görðunum, engjunum og trjánum. Við erum mjög heilandi og hamingjusöm, við getum fjarlægt ótta úr sálum þínum, komið út og hitt okkur án tafar og við munum sýna þér töfra okkar. Við viljum lækna Móður Jörð TRÚA jafnvel þótt þú getir ekki séð okkur í fyrstu ef þú trúir á okkur gefðu okkur styrk og við munum sýna þér hæfileika þína. Við þekkjum hjörtu manna og við getum gert þá hamingjusamari við munum hjálpa þeim að framleiða kraftaverk og lækna og bæta líf þeirra.

-Paradise Fairy... Sacred Code 580

-Samskipti við Konungsríkið hafmeyjar.....27620

frábærar verur

-Ríki einhyrninga....Heilagur kóða 14147

-Pegasos...Heilagur kóði 0031.

..

www.ingramcontent.com/pod-product-compliance
Lightning Source LLC
LaVergne TN
LVHW010919051026
849532LV00003B/763
* 9 7 9 8 2 1 5 8 9 5 0 1 6 *